രാജ്യം കാക്കുന്നവർ

rajyam kaakkunnavar

•

gifu melattoor

•

first edition
july 2018

•

typesetting
akshara dtp, thiruvananthapuram

•

published
chintha publishers, thiruvananthapuram

•

cover
amar

വിതരണം

ദേശാഭിമാനി ബുക്ക് ഹൗസ്

H O തിരുവനന്തപുരം-695 035
phone: 0471-2303026, 6063026
www.chinthapublishers.com
chinthapublishers@gmail.com

ബ്രാഞ്ചുകൾ

ഹെഡ്ഓഫീസ് ബ്രാഞ്ച് കുന്നുകുഴി • സ്റ്റാച്യു തിരുവനന്തപുരം • കെ എസ് ആർ ടി സി ബസ് സ്റ്റേഷൻ ആലപ്പുഴ • കെ എസ് ആർ ടി സി ബസ് സ്റ്റേഷൻ എറണാകുളം • മച്ചിങ്ങൽ ലെയ്ൻ തൃശൂർ • ഐ ജി റോഡ് കോഴിക്കോട് • മാവൂർ റോഡ് കോഴിക്കോട് • എൻ ജി ഒ യൂണിയൻ ബിൽഡിങ് കണ്ണൂർ • സെൻട്രൽ ബസ് ടെർമിനൽ കോംപ്ലക്സ് താവക്കര കണ്ണൂർ

CO - 2686 / 4707
ISBN - 978-93-87842-67-0

രാജ്യം കാക്കുന്നവർ

ഗിഫു മേലാറ്റൂർ

ചിന്ത പബ്ലിഷേഴ്സ്
തിരുവനന്തപുരം-695 035

ഗിഫു മേലാറ്റൂർ

വള്ളുവനാട് താലൂക്കിലെ മേലാറ്റൂരിൽ ജനനം. ആർ എം എച്ച് എസ് മേലാറ്റൂർ, പി ടി എം ഗവൺമെന്റ് കോളേജ് പെരിന്തൽമണ്ണ, ഗവ. പോളിടെക്നിക് അങ്ങാടിപ്പുറം എന്നിവിടങ്ങളിൽ വിദ്യാഭ്യാസം. റിയാദിലെ അൽ-മുഗ്നി പബ്ലിക്കേഷനിൽ ജോലി ചെയ്തു. ബാലസാഹിത്യരംഗത്തും വൈജ്ഞാനികരംഗത്തും നിരവധി പുസ്തകങ്ങൾ പ്രസിദ്ധീകരിച്ചു. 44 നോവലുകളും ആയിരത്തോളം കഥകളും സ്ക്രിപ്റ്റുകളും വൈജ്ഞാനികസാഹിത്യലേഖനങ്ങളും എഴുതിയിട്ടുണ്ട്. ഈ വിഷയങ്ങളിൽ ഇപ്പോഴും സജീവം.

വിലാസം : മേലേടത്ത്
മേലാറ്റൂർ പി ഒ
മലപ്പുറം - 679326

ഫോൺ : 9946427601

ഉള്ളടക്കം

സമുദ്ര രക്ഷകസേന എന്ന നാവികസൈന്യം 11
നാവികസേന - ചോദ്യോത്തരങ്ങൾ 22
ഇന്ത്യൻ കരസേന 27
കരസേന ചോദ്യോത്തരങ്ങൾ 34
നമ്മുടെ വ്യോമസേന 40
വ്യോമസേന - ചോദ്യോത്തരങ്ങൾ 47
നമ്മുടെ അർദ്ധസൈനികവിഭാഗങ്ങൾ 51
പൊലീസ് : സമൂഹത്തിന്റെ രക്ഷാകവചം,
നിയമത്തിന്റെ കാവലാൾ... 59
റെഡ്ക്രോസ് - യുദ്ധഭൂമിയിലെ മനുഷ്യനന്മ 68
റെഡ്ക്രോസ് നാഴികക്കല്ലുകൾ 75
ഗോർഖയിൽനിന്ന് ഗൂർഖകൾ 77

പ്രസാധകക്കുറിപ്പ്

ഇന്ത്യയുടെ രാജ്യരക്ഷാസംവിധാനത്തെ സംബന്ധിച്ചുള്ള ഒരു ലഘു ഗ്രന്ഥമാണ് ഗിഫു മേലാറ്റൂരിന്റെ *രാജ്യം കാക്കുന്നവർ*. പരന്ന വായനയില്ലാതെതന്നെ നമ്മുടെ രാജ്യസുരക്ഷാ സംവിധാനത്തെക്കുറിച്ച് ഈ പുസ്തകം അറിവു പകരും. നാവിക, കര, വ്യോമ സേനാസംവിധാനത്തെ സംബന്ധിച്ചാണ് മുഖ്യപരാമർശം. അർദ്ധസൈനിക വിഭാഗങ്ങൾ, പൊലീസ്, റെഡ്ക്രോസ് എന്നിവയും ചർച്ച ചെയ്യപ്പെടുന്നുണ്ട്. രാജ്യസുരക്ഷാസംവിധാനം, അതിന്റെ പ്രവർത്തനം എന്നിവയെ എല്ലാം നമ്മുടെ അറിവിൽ എത്തിക്കുന്ന ഈ ലഘുഗ്രന്ഥം വലിയതോതിൽ സ്വീകരിക്കപ്പെടും എന്നാണ് ഞങ്ങളുടെ പ്രതീക്ഷ.

അഭിമാനത്തോടെ ഞങ്ങൾ പുറത്തിറക്കുന്നു. സ്വീകരിച്ചാലും.

ചിന്ത പബ്ലിഷേഴ്സ്

ആമുഖം

ഇന്ത്യൻ ആർമിയുടെ പിതാവായി നമ്മൾ ഗണിച്ചുപോരുന്ന വ്യക്തിയാണ് മേജർ സ്ട്രിങ്ങർ ലോറൻസ്. മുഴുവൻ സമയ സൈനികരുടെ എണ്ണത്തിൽ (standing Army) ലോകത്തിൽ രണ്ടാംസ്ഥാനമുള്ള ഇന്ത്യയുടെ കര-നാവിക-വ്യോമസേനകളുടെ ആസ്ഥാനം ന്യൂഡൽഹിയാണ്. കേന്ദ്രപ്രതിരോധവകുപ്പിനുകീഴിലുള്ള ഇന്ത്യൻ സേനകളുടെ പരമാധികാരി രാഷ്ട്രപതിയാണ്. എന്നാൽ ബോർഡർ സെക്യൂരിറ്റി ഫോഴ്സ്, സി ആർ പി എഫ്, സി ഐ എസ് എഫ്, അസം റൈഫിൾസ്, സശസ്ത്ര സീമാബൽ തുടങ്ങിയ അർദ്ധ സൈനിക വിഭാഗങ്ങൾ കേന്ദ്ര ആഭ്യന്തര മന്ത്രാലയത്തിനുകീഴിലാണ് പ്രവർത്തിക്കുന്നത്. അംഗബലത്തിൽ ചൈനയും അമേരിക്കയും കഴിഞ്ഞാൽ അടുത്ത സ്ഥാനം ഇന്ത്യൻ സൈനികശക്തിയത്രെ. കൂടാതെ അംഗബലത്തിൽ രണ്ടാംസ്ഥാനം ഇന്ത്യൻ കരസേനയ്ക്കും ആറാം സ്ഥാനം ഇന്ത്യൻ നാവികസേനയ്ക്കും മൂന്നാം സ്ഥാനം ഇന്ത്യൻ വ്യോമസേനയ്ക്കും ലോകത്തുണ്ട്. ഇപ്പോൾ സേവനത്തിലുള്ള യുദ്ധവിമാനങ്ങളുടെ എണ്ണത്തിൽ ലോകത്ത് നാലാം സ്ഥാനം ഇന്ത്യക്കാണ് എന്നുകൂടി അറിയുക.

ഇന്ത്യൻ സൈന്യത്തിന്റെയും സന്നദ്ധ സേനകളുടെയും ഇത്തരം വേറിട്ട വിവരങ്ങളും ചരിത്രവും മഹത്വങ്ങളുമെല്ലാം വിശദീകരിച്ചുപോകുന്ന ഒരു ഗ്രന്ഥമാണ് ഇത്. വിശദീകരണങ്ങൾക്കൊപ്പം മൂന്നു പ്രധാന സൈന്യങ്ങളുടെയും വിവരങ്ങൾ, പരന്ന വായനയില്ലാതെ എളുപ്പം മനസ്സിലാക്കുന്നതിന് ചോദ്യോത്തരങ്ങളും നല്കുന്നുണ്ട്. കൂടാതെ സമൂഹത്തിന്റെ രക്ഷാകവചവും നിയമത്തിന്റെ കാവലാളുമായ പൊലീസ് വ്യൂഹത്തിന്റെ ചരിത്രവും വർത്തമാനകാലവും ഗ്രന്ഥത്തിൽ പ്രതിപാദിച്ചിട്ടുണ്ട്.

‘യുദ്ധഭൂമിയിലെ കാരുണ്യം’ എന്ന അപരനാമത്തിലറിയപ്പെടുന്ന റെഡ്ക്രോസിനെക്കുറിച്ചും ഈ ഗ്രന്ഥം ചർച്ച ചെയ്യുന്നു. ഇന്ത്യൻ സ്വാതന്ത്ര്യസമരത്തെ അടിച്ചമർത്താനായി ബ്രിട്ടീഷുകാർ രൂപീകരിച്ച ‘ഗൂർഖ റജിമെന്റ്’ എന്ന വിഭാഗത്തിന്റെ കഥകളും അവസാനഭാഗത്ത് വായിക്കാം.

ഗിഫു മേലാറ്റൂർ

1

സമുദ്ര രക്ഷകസേന എന്ന നാവികസൈന്യം

ഇന്ത്യൻ സൈന്യവിഭാഗത്തിന്റെ നാവികമേഖലയാണ് ഇന്ത്യൻ നാവികസേന. കരസേന, വായുസേന എന്നിവയാണ് മറ്റുള്ളവ. 'റോയൽ ഇന്ത്യൻ നേവി' 1934 ലാണ് സ്ഥാപിതമായത്. സ്വാതന്ത്ര്യത്തിന് മുമ്പാണെങ്കിൽ നാവികസേന ബോംബെ മറൈൻ, ഇന്ത്യൻ നേവി, ഇന്ത്യാ മറൈൻ എന്നിങ്ങനെയാണ് അറിയപ്പെട്ടിരുന്നത്. ലോകത്തിലെ ഏറ്റവും വലിയ നാലാമത്തെ നാവികസേനയാണ് ഇന്ത്യയുടേത്. അംഗബലത്തിലാകട്ടെ ലോകത്തു തന്നെ ആറാം സ്ഥാനവും. അമ്പത്തയ്യായിരത്തോളമാണത്രെ ഇന്ത്യൻ നാവികസേനയുടെ അംഗബലം. തദ്ദേശീയമായി ഇന്ത്യ വികസിപ്പിച്ചെടുത്ത ആദ്യ ത്തെ ആണവ അന്തർവാഹിനിയാണ് ഐ എൻ എസ് അരിഹന്ത് (I. N. S Arihnt). ഇങ്ങനെ മേന്മകളും കേമത്തവും ഒത്തിരിയൊത്തിരി അവകാശപ്പെടാനുള്ള ഇ ന്ത്യൻ നാവികസേനയുടെ ബാക്കി വീരകഥകൾ കൂടി കേൾക്കൂ. വേറിട്ട ഒരു പ്രോജക്ട് വർക്കിനുള്ള വിവരങ്ങൾ ഇനി ശേഖരിക്കാം.

നാവിക സേനയുടെ ചിഹ്നം

റോയൽ ഇന്ത്യൻ നേവിയിൽനിന്ന്

ഇന്ത്യൻ തീരങ്ങളിലൂടെയുള്ള ഈസ്റ്റിന്ത്യാ കമ്പനിയുടെ കപ്പൽ ഗതാഗതങ്ങളുടെ സുരക്ഷിതത്വം ലാക്കാക്കി 1612 ൽ സൂററ്റിൽ രൂപീകരിക്കപ്പെട്ട 'റോയൽ ഇന്ത്യൻ നേവി'യിൽ നിന്നാണ് ആധുനിക ഇന്ത്യൻ നാവികസേന രൂപമെടുത്തത്. ഈ നാവികസേനയെ 1685 ൽ സൂററ്റിൽ നിന്ന് ബോംബെയിലേക്ക് മാറ്റുകയും 'ബോംബെ മറൈൻ' എന്ന് പേരു മാറ്റുകയുമായിരുന്നു. 1892 ൽ 'റോയൽ ഇന്ത്യൻ മറൈൻ' എന്ന പേരിലും 1934 ൽ ബ്രിട്ടനിലെ റോയൽ നേവിയുടെ മാതൃകയിൽ 'ദി റോയൽ ഇന്ത്യൻ നേവി' എന്നും രൂപാന്തരപ്പെടുകയുണ്ടായി. സ്വാതന്ത്ര്യാനന്തരം

ഐ എൻ എസ് അരിഹന്ത്

നാമം ഇന്ത്യൻ നേവി എന്നാക്കി മാറ്റി. 1947 ലെ വിഭജനത്തിനുശേഷം അന്നു നിലവിലുണ്ടായിരുന്ന റോയൽ ഇന്ത്യൻ നേവിയുടെ മൂന്നിലൊരു ഭാഗവും പ്രധാനപ്പെട്ട പരിശീലനകേന്ദ്രങ്ങളും പാക്കിസ്ഥാന്റെ ഭാഗമായി.

സ്വാതന്ത്ര്യത്തിനു ശേഷവും ഇന്ത്യൻ നേവി ബ്രിട്ടീഷുകാരായ അഡ്മിറൽമാരുടെ മേൽനോട്ടത്തിൽത്തന്നെ തുടർന്നു പോന്നു. ഇന്ത്യൻ നേവിയുടെ ആദ്യത്തെ കമാൻഡർ ഇൻ ചീഫ് അഡ്മിറൽ 'എഡ്വാർഡ് പെറി' ആയിരുന്നു. ഇന്ത്യൻ നേവിയുടെ തലവനായ പ്രഥമ ഇന്ത്യക്കാരനാണ് (വൈസ് അഡ്മിറൽ) ആർ ഡി കതാരി. 1958 ഏപ്രിൽ 22 നായിരുന്നു ഇത്.

ചുമതലകൾ ഏറെയാണേ

ഇന്ത്യൻ നാവികസേനയുടെ മുദ്രാവാക്യം 'ഷാനോ വരുണ' എന്നാണ്. സമുദ്ര ദേവനായ വരുണൻ ഞങ്ങളെ അനുഗ്രഹിക്കട്ടെ

എന്നാണ് അർത്ഥം. ഒരു പരിധിക്കുള്ളിൽനിന്ന് പ്രാദേശികമായ സുരക്ഷിതത്വം മാത്രം മുന്നിൽ കാണുകയല്ല നേവിയുടെ ഉദ്ദേശ്യം. സമുദ്രാന്തര സുരക്ഷിതത്വവും ഇതിന്റെ പരിധിയിൽ വരുന്നു. ഇന്ത്യൻ സമുദ്രതീരങ്ങളുടേയും അറബിക്കടലിലും ബംഗാൾ ഉൾക്കടലിലും അങ്ങിങ്ങായി ചിതറിക്കിടക്കുന്ന നിരവധി ഇന്ത്യൻ ദ്വീപുകളുടേയും പ്രതിരോധവും ഇന്ത്യൻ തീരങ്ങളിലൂടെ സഞ്ചരിക്കുന്ന (സമുദ്രാതിർത്തിയിലൂടെ) ചരക്കുകപ്പലുകൾക്കു വേണ്ട സഹായമെത്തിക്കുകയും സുരക്ഷിതമായ കപ്പൽ ഗതാഗതത്തിനു വേണ്ടിയുള്ള രൂപരേഖയുണ്ടാക്കലും ഇതിന്റെ പരിധിയിലാണ് വരുന്നത്. കൂടാതെ, യാത്രാപഥം തെറ്റി യാത്രയിൽ മണൽത്തിട്ടയിലുറയ്ക്കുന്ന കപ്പലുകളുടെ രക്ഷ, മത്സ്യബന്ധന ബോട്ടുകളുടേയും കപ്പലുകളുടേയും സുരക്ഷിതത്വം എന്നിവകൂടി ഇന്ത്യൻ നേവിയുടെ ചുമതലയിൽപ്പെട്ടതുതന്നെ.

ആശ്വാസമെത്തിക്കാനും

ഇത്രകൊണ്ടും നേവിയുടെ കർത്തവ്യങ്ങളും കടമകളും തീരുന്നില്ല. പണിമുടക്കുമൂലമോ, മറ്റേതെങ്കിലും കാരണത്താലോ തുറമുഖ പ്രവർത്തനങ്ങൾ പ്രതിസന്ധിയിലായാൽ അവ ഏറ്റെടുക്കുക, കൊടുങ്കാറ്റ്, ചുഴലിക്കാറ്റ്, വരൾച്ച, ഭൂമികുലുക്കം, വെള്ളപ്പൊക്കം എന്നീ പ്രകൃതിക്ഷോഭങ്ങൾ ഉണ്ടാകുമ്പോൾ അതിൽപ്പെട്ടുഴലുന്നവർക്ക് ആശ്വാസമെത്തിക്കുക തുടങ്ങിയവയും ഇവയിൽപ്പെടുന്നു. നേവിയിലെ മുങ്ങൽവിദഗ്ദ്ധന്മാർ ജലവൈദ്യുതോല്പാദനപ്രദേശത്തും മറ്റു നദീതട പദ്ധതികളിലും വിലയേറിയ സേവനങ്ങളാണ് നല്കിവരുന്നത്. യുദ്ധവേളകളിൽ ഇന്ത്യയുടേയും സുഹൃദ് രാജ്യങ്ങളുടേയും കപ്പലുകളുടെ സുരക്ഷിതമായ യാത്ര ഉറപ്പുവരുത്തുകയും അങ്ങനെ അവശ്യവസ്തുക്കളുടെ സംഭരണവും വിതരണവും സുഗമമാക്കുകയും ചെയ്യുന്നതിലും ഇന്ത്യൻ നേവി അതീവശ്രദ്ധ ചെലുത്തുന്നു.

സ്ക്വാഡ്രനുകൾ

ഇന്ത്യൻ നേവിയെ രണ്ടായാണ് വിഭജിച്ചിട്ടുള്ളത്. ഈസ്റ്റേൺ ഫ്ളീറ്റ്, വെസ്റ്റേൺ ഫ്ളീറ്റ് എന്നിങ്ങനെ. ഇവയ്ക്ക് ഓരോ അഡ്മിറൽമാരുമുണ്ട്. ഇവരുടെ നിയന്ത്രണത്തിലാണ് വിമാനവാഹിനി. ക്രൂസറുകൾ, സബ്മറൈൻ സ്ക്വാഡ്രൻ, പെട്രോൾ ക്രാഫ്റ്റ് സ്ക്വാഡ്രൻ, മൈൻ കൗണ്ടർ മെഷർ സ്ക്വാഡ്രൻ, മിസൈൽ ബോട്ട് സ്ക്വാഡ്രൻ, ലാന്റിങ് ക്രാഫ്റ്റ് സ്ക്വാഡ്രൻ, സർവ്വേ കപ്പലുകൾ, സബ് മറൈൻ ഡിപ്പോഷിപ്പ് തുടങ്ങിയ അനുസാരി വിഭാഗത്തിൽപ്പെട്ട ഫ്ളീറ്റ് ടാങ്കർ, കസ്റ്റംസ് ക്രാഫ്റ്റ്, ടഗ്സ്, ഇൻഷോർ ആൻഡ് കോസ്റ്റൽ മൈൻ സ്വീപ്പേഴ്സ് എന്നിവ പ്രവർത്തിക്കുന്നു. മൂന്നോ, അതിലേറെയോ കപ്പലുകൾ ചേർന്നതാണ് ഒരു സ്ക്വാഡ്രൻ. കൂടാതെ ഇന്ത്യൻ നേവിയിൽ ചേരുന്ന ഭടന്മാർക്കും ആഫീസർമാർക്കും പരിശീലനം നല്കുന്ന ഒരു ട്രെയിനിങ് സ്ക്വാഡ്രനും

നിലവിലുണ്ട്. ഐ എൻ എസ് കൃഷ്ണ, കാവേരി, ടീർ എന്നീ കപ്പലുകൾ ഈ സ്ക്വാഡ്രന്റേതാണ്.

ഭരണക്രമം

രാജ്യത്തെ മൂന്ന് സായുധവിഭാഗങ്ങളുടേയും സുപ്രീം കമാൻഡർ ഇന്ത്യൻ പ്രസിഡന്റാണ്. ആസ്ഥാനം ന്യൂഡൽഹി. ചീഫ് ഓഫ് നേവൽ സ്റ്റാഫ്, ചീഫ് ഓഫ് സ്റ്റാഫ് കമ്മിറ്റിയിലെ ഒരംഗമായിരിക്കും. ഈ കമ്മിറ്റിയാണ് ദേശരക്ഷാപ്രവർത്തനങ്ങളെ സംബന്ധിച്ച വിവരങ്ങൾ, ഉപദേശങ്ങൾ പ്രതിരോധവകുപ്പുമന്ത്രിക്ക് നല്കുന്നത്. ചീഫ് ഓഫ് നേവൽ സ്റ്റാഫിനെ യുദ്ധനടത്തിപ്പിൽ സഹായിക്കാൻ ഒരു വൈസ് ചീഫും നേവൽ ഏവിയേഷൻ പ്രവർത്തനങ്ങളിൽ സഹായിക്കാൻ ഒരു അസിസ്റ്റന്റ് ചീഫും കൂടാതെ മറ്റു പ്രിൻസിപ്പൽ സ്റ്റാഫ് ഓഫീസർമാരുമുണ്ടാകും. സേനയുടെ ഓരോ ഘടകങ്ങളുടേയും ചാർജ്ജ് വഹിക്കുന്നതിന് പ്രത്യേകമായി ഡയറക്ടർമാരുമുണ്ട്. വെസ്റ്റേൺ, ഈസ്റ്റേൺ, സതേൺ എന്നിങ്ങനെ മൂന്ന് നേവൽ കമാൻഡുകളുണ്ട്.

നേവി റാങ്കുകൾ

അഡ്മിറൽ ഓഫ് ദി ഫ്ളീറ്റ് (ഈ പദവി നല്കിയവർ ഇന്ത്യൻ നേവിയിൽ ആരുമില്ല)
അഡ്മിറൽ
വൈസ് അഡ്മിറൽ
റീർ അഡ്മിറൽ
കമഡോർ
ക്യാപ്റ്റൻ
കമാൻഡർ
ലഫ്റ്റനന്റ് കമാൻഡർ
ലഫ്റ്റനന്റ്
സബ് ലഫ്റ്റനന്റ്
മിഡ് കിപ്മാൻ
കേഡറ്റ്
മാസ്റ്റർ ചീഫ് പെറ്റി ഓഫീസർ ഫസ്റ്റ് ക്ലാസ്
മാസ്റ്റർ ചീഫ് പെറ്റി ഓഫീസർ സെക്കന്റ് ക്ലാസ്
ചീഫ് പെറ്റി ഓഫീസർ
പെറ്റി ഓഫീസർ
ലീഡിങ്
സെയിലർ ഫസ്റ്റ് ക്ലാസ്
സെയിലർ സെക്കന്റ് ക്ലാസ്

സവിശേഷ വിഭാഗങ്ങൾ

ഇന്ത്യൻ നേവിയിലെ പ്രത്യേകമായുള്ള ചില വിഭാഗങ്ങളെ പരിചയപ്പെടാം. എക്സിക്യൂട്ടീവ് - സീമെൻഷിപ്പ്, നേവിയേഷൻ ഗണ്ണറി, ടോർപ്പിഡോ - ആന്റി സബ്മറൈൻ, ഡ്രൈവിങ്, വാർത്താവിനിമയം, സർവ്വേ ഫ്ളയിങ്, ഗ്രൗണ്ട് കൺട്രോൾ സബ്മറൈൻ ആം തുടങ്ങിയ പ്രവർത്തനങ്ങളിലാണ് ഇവർ ഉൾപ്പെടുന്നത്.

എഞ്ചിനീയറിങ് - നാവികസേനയിലെ യന്ത്രോപകരണങ്ങളുടെയും സബ്മറൈൻ നേവൽ എയർ ക്രാഫ്റ്റ് തുടങ്ങിയവയുടെ സുരക്ഷാ പ്രവർത്തനങ്ങളിലാണ് ഏർപ്പെടുന്നത്.

ഇലക്ട്രിക്കൽ - വൈദ്യുത, ഇലക്ട്രോണിക്സ് ഉപകരണങ്ങൾ, കപ്പലുകളിലെയും സബ് മറൈനുകളിലെയും നാവിക വിമാനങ്ങളിലെയും റഡാർ സിസ്റ്റം, കരയിലുള്ള നേവി -വൈദ്യുത സ്ഥാപനങ്ങൾ എന്നിവയുടെ പ്രവർത്തനങ്ങൾ കൈകാര്യം ചെയ്യുന്നു.

സെക്രട്ടറിയേറ്റ് - സപ്ളൈ - നേവിയുടെ പണം സംബന്ധമായ കാര്യങ്ങൾ നോക്കുന്ന വിഭാഗം. അംഗങ്ങളുടെ ശമ്പളം, യൂണിഫോം, ആഹാരം, സ്റ്റോർ, നിയമപരമായ കാര്യങ്ങൾ.

വിദ്യാഭ്യാസ വിഭാഗം - നാവിക ഉദ്യോഗസ്ഥരും സിവിലിയന്മാരും ചേർന്നു പ്രവർത്തിക്കുന്ന ഈ വിഭാഗത്തിൽ നാവികഭടന്മാർക്ക് ശാസ്ത്രം, കണക്ക്, മെറ്റിയറോളജി, സാമാന്യവിജ്ഞാനം തുടങ്ങിയ വിഷയങ്ങളിൽ കൂടുതൽ പരിജ്ഞാനം നല്കുന്നു.

മെഡിക്കൽ - ഇന്ത്യൻ നേവിയിലെ ആരോഗ്യം ഉറപ്പുവരുത്തുകയാണ് ലക്ഷ്യം.

ട്രെയിനിങ് സെന്ററുകൾ

ഇന്ത്യൻ നേവിയിലേക്ക് പുതിയ ഭടന്മാരെ ചേർക്കാനും പരിശീലിപ്പിക്കാനും ഇന്ത്യയൊട്ടാകെ വിവിധ കേന്ദ്രങ്ങൾ നിലവിലുണ്ട്. ചില കേന്ദ്രങ്ങൾ ഇവയാണ്.

(1) ഐ എൻ എസ് ശിവജി - ലോനവാൽ
ഇ വി ഒ ആർട്ടിഫൈസർമാരെ പരിശീലിപ്പിക്കുകയും മെക്കാനിക്കൽ എഞ്ചിനീയറിങ്, ബയോളജിക്കൽ ആന്റ് കെമിക്കൽ വാർഫേർ, ഡാമേജ് കൺട്രോൾ തുടങ്ങിയവയിൽ പരിശീലനം നല്കിവരുന്നു.

(2) ഐ എൻ എസ് ഹംല - മുംബൈ
സെക്രട്ടറിയേറ്റ് വിഭാഗം, സപ്ലൈ, കാറ്ററിങ് എന്നീ വിഭാഗങ്ങൾക്ക് ട്രെയിനിങ് നല്കുന്നു.

(3) ഐ എൻ എസ് വത്സര - ജാംനഗർ (ഗുജറാത്ത്)
ഇലക്ട്രിക്കൽ ആർട്ടിഫൈസർ കോഴ്സും ഇലക്ട്രോണിക് റഡാർ, റേഡിയോ എന്നീ വിഷയങ്ങളിൽ പരിശീലനം.

(4) ഐ എൻ എസ് ആൻഗ്രേ - മുംബൈ
ഫിസിക്കൽ ട്രെയിനിങ്, ഷിപ്പ്റൈറ്റ് ട്രെയിനിങ് എന്നീ പരിശീലനങ്ങൾ.

(5) ഐ എൻ എസ് അശ്വിനി - മുംബൈ
ഇന്ത്യൻ നേവിയിലെ വൈദ്യുതി വിഭാഗത്തിലുള്ളവർക്ക് ട്രെയിനിങ്.

(6) ഐ എൻ എസ് കുഞ്ഞാലി - മുംബൈ
നാവികസേനയ്ക്ക് റെഗുലേറ്റിങ്, നാവിക പൊലീസ്, നേവി ബാൻഡ് എന്നീ വിഭാഗക്കാരെ പരിശീലിപ്പിക്കുന്നയിടമാണിത്.

രാജ്യമാകെ വേരുകൾ

നാവികസേനാ കമാൻഡുകളുടെ ആസ്ഥാനങ്ങൾ പടിഞ്ഞാറ് മുംബൈയും കിഴക്ക് വിശാഖപട്ടണവും തെക്ക് കൊച്ചിയുമാണ്. വിശാഖപട്ടണത്തും മുംബൈയിലും കപ്പലുകൾ ഡോക്കുചെയ്യുന്നതിനും സംരക്ഷിക്കുന്നതിനും അറ്റകുറ്റപ്പണികൾ നടത്തുന്നതിനുമുള്ള സൗകര്യങ്ങളുണ്ട്. കൊച്ചിയിലും ഈ സൗകര്യങ്ങൾ ഏറക്കുറെയുണ്ട്. ചെന്നൈ, കൊൽക്കത്ത, മർമഗോവ, പോർട്ട്ബ്ലയർ എന്നിവിടങ്ങളിൽ ഇത്തരം സൗകര്യങ്ങളില്ലെങ്കിലും ഇവിടത്തെ ചരക്കുകപ്പൽ യാഡുകളിൽ നേവിക്കപ്പലുകളുടെ ആവശ്യങ്ങൾ നിറവേറ്റിവരുന്നു. നേവൽ എയർക്രാഫ്റ്റുകളുടെയും ബന്ധപ്പെട്ട ഘടകങ്ങളുടെയും അറ്റകുറ്റപ്പണികൾക്കായി കൊച്ചിയിൽ സൗകര്യമുണ്ട്. പടക്കോപ്പുകൾ നിർമ്മിക്കുന്നതിന് പൂനെയിലും മറ്റെല്ലാ വലിയ തുറമുഖങ്ങളിലും സംവിധാനമുണ്ടാക്കിയിരിക്കുന്നു. നേവി സൈനികരുടെ ആരോഗ്യരക്ഷയ്ക്കായി ബോംബെയിൽ ഐ എൻ എച്ച് എസ് അശ്വിനി, ഗോവയിൽ ജീവാന്തി, കൊച്ചിയിൽ സഞ്ജീവനി, വിശാഖപട്ടണത്ത് കല്യാണി എന്നീ ആശുപത്രികളും പ്രവർത്തിക്കുന്നു.

നിയമനങ്ങൾ

ഇന്ത്യൻ നാവികസേനയിലേക്ക് വിദ്യാർത്ഥികളെ ചേർത്ത് സൈനികശക്തി വർദ്ധിപ്പിക്കാൻ സീമെൻ, ഇലക്ട്രിക്കൽ, എഞ്ചിനീയർ, നേവൽ ഏവിയേഷൻ തുടങ്ങിയ പ്രവർത്തനങ്ങൾ പരിശീലിപ്പിക്കുന്നതിനും ഐ എൻ എസ് സർക്കാർ എന്ന സ്ഥാപനം വിശാഖപട്ടണത്ത് സ്ഥിതി ചെയ്യുന്നു. കൂടാതെ ഐ എൻ എസ് ചിൽക്ക (ഭുവനേശ്വർ), ഐ എൻ എസ്=സിർക്കാർസ് വിശാഖപട്ടണം, സെയ്‌ലേഴ്സ് ട്രെയിനിങ് എസ്റ്റാബ്ലിഷ്മെന്റ് ദാബോലിം (ഗോവ) തുടങ്ങിയവയുമുണ്ട്.

സൈനിക കേന്ദ്രത്തിൽ ഓരോ തസ്തികയിലേക്കുമുള്ള നിയമന വ്യവസ്ഥകൾ

റാങ്ക്	വയസ്സ്	വിദ്യാഭ്യാസ യോഗ്യത	വിഭാഗം
ബോയ്സ് നേവി		എട്ടാം സ്റ്റാൻഡേർഡ്	എല്ലാ വിഭാഗത്തിലും
നേരിട്ടുള്ളത്	17 - 20	മെട്രിക്കുലേഷൻ	ഇലക്ട്രിക്കൽ റൈറ്റേഴ്സ് മെഡിക്കൽ വാർത്താവിനിമയം
ആർട്ടിഫൈസർ	do	മെട്രിക്കുലേഷൻ	എല്ലാ വിഭാഗത്തിലും
നേവൽ കേഡറ്റ്	do	ഹയർ സെക്കന്ററി	എല്ലാ വിഭാഗത്തിലും
സ്പെഷ്യൽ എൻട്രി കേഡറ്റ്	22 വയസ്സ്	ബിരുദ ധാരികൾ	എക്സിക്യൂട്ടീവ്, സപ്ലൈ
കേഡറ്റ് എൻട്രി, യൂണിവേഴ്സിറ്റി എൻട്രി, ആഫീസർ എൻട്രി, ആഫീസർ	23 വയസ്സു വരെ	do	എല്ലാ വിഭാഗത്തിലും

(വിക്കിപീഡിയയോട് കടപ്പാട്)

കൂടാതെ ഒമ്പതാം ക്ലാസുകാർക്ക് സീമെൻ എഞ്ചിൻ മുറി, പത്താംക്ലാസു കാർക്ക് മെഡിക്കൽ സ്റ്റുവേർഡ്സ്, പ്രൈമറിക്കാർക്ക് പാചകക്കാരായും പ്രവേശനം നല്കുന്നുണ്ട്.

നാവികസേനയ്ക്കു യുദ്ധക്കപ്പലുകൾ

രാജ്യരക്ഷയ്ക്കാവശ്യമായ യുദ്ധോപകരണങ്ങൾ നിർമ്മിക്കുന്നതിൽ സ്വയംപര്യാപ്തത നേടുക എന്ന ലക്ഷ്യത്തോടെയാണ് നിലവിലുള്ള സാഹചര്യങ്ങൾ ഉപയോഗപ്പെടുത്തി ബോംബെയിലുള്ള മാസഗോൺ ഡോക്കിലും കൽക്കത്തയിലുള്ള ഗാർഡൻറീച്ച് വർക് ഷോപ്പിലും വിശാഖപട്ടണത്തിലുള്ള ഹിന്ദുസ്ഥാൻ ഷിപ്യാർഡിലും വിവിധ തരത്തിലുള്ള യുദ്ധക്കപ്പലുകൾ നിർമ്മിക്കുന്നതിനുള്ള പദ്ധതി ആസൂത്രണം ചെയ്തതിന്റെ ഫലമായി 1972-74 വർഷം നിർമ്മിച്ച നീലഗിരി, ഹിമഗിരി

ഐ എൻ എസ് സാവിത്രി

എന്നീ യുദ്ധക്കപ്പലുകൾ കമ്മീഷൻ ചെയ്യപ്പെട്ടു. മൂന്നാമത്തെ കപ്പലായ 'ഉദയഗിരി' 2400 നും 3000 നുമിടയ്ക്ക് കേവുഭാരമുള്ളവയും ഏറ്റവും ആധുനികവുമായ സങ്കീർണ്ണ യുദ്ധോപകരണങ്ങൾ ഘടിപ്പിച്ചിട്ടുള്ളവയുമാണ്.

(4) ഐ എൻ എസ് സാവിത്രി - 1990 ൽ നാവികസേനയുടെ ഭാഗമായി ഹിന്ദുസ്ഥാൻ ഷിപ്യാർഡിൽ രൂപകല്പനചെയ്ത പ്രഥമ കപ്പൽ.

(5) ഐ എൻ എസ് ഡൽഹി - തദ്ദേശീയമായി രൂപകല്പന ചെയ്ത എറ്റവും വലുതും അത്യാധുനികവുമായ കപ്പൽ.

(6) ഐ എൻ എസ് ഗിരിയാൽ - തദ്ദേശീയമായി പണികഴിപ്പിച്ച കപ്പൽ 1997 ൽ നേവിയുടെ ഭാഗമായി.

(7) ഐ എൻ എസ് മൈസൂർ - വലുപ്പത്തിൽ രണ്ടാംസ്ഥാനമുള്ള തദ്ദേശീയ കപ്പൽ. 1999 ൽ കമ്മീഷൻ ചെയ്ത ഈ പടക്കപ്പൽ മസഗോൺ ഡോക്കിലാണ് നിർമ്മിച്ചത്.

(8) ധനുസ് - ശത്രുക്കപ്പലുകളെ ലക്ഷ്യംവെച്ചു കാണാവുന്ന തദ്ദേശീയ മിസൈൽ. 250 കിലോമീറ്റർ പരിധിയുള്ള ഇത് 2001 നവംബറിൽ വിജയകരമായി പരീക്ഷിച്ചു.

(9) ഐ എൻ എസ് ബ്രഹ്മപുത്ര - 2000 ഏപ്രിൽ 14 ന് കമ്മീഷൻ ചെയ്ത, 3600 ടൺ കേവുഭാരമുള്ള യുദ്ധക്കപ്പൽ.

10) ഐ എൻ എസ് മുംബൈ - ഗൈഡഡ് മിസൈൽ നശീകരണ യുദ്ധക്കപ്പലായ ഇത് 2001 ജനുവരിയിൽ കമ്മീഷൻ ചെയ്തു. 6700 ടൺ

കേവുഭാരമുണ്ടിതിന്.

11) ഐ എൻ എസ് കുലിഷ് - കൊൽക്കത്തയിലെ ഗാർഡൻ റീച്ച്ഷിപ്പ് ബിൽഡിങ് ആന്റ് എഞ്ചിനീയേഴ്സ് ലിമിറ്റഡിൽ തദ്ദേശീയമായി നിർമ്മിച്ച ഇതിന് 1400 ടൺ കേവുഭാരമുണ്ട്. 2001 ആഗസ്ത് 20 ന് കമ്മീഷൻ ചെയ്തു.

12) ഐ എൻ എസ് കിർച്ച് - ഉപരിതല - ഉപരിതല മിസൈലുകളും ഉപരിതല - വ്യോമ മിസൈലുകളും കൃത്യമായി വിക്ഷേപിക്കാൻ കഴിയുന്ന ഗൈഡഡ് മിസൈൽ വിക്ഷേപണ യുദ്ധക്കപ്പലാണിത്. 2001 ജനുവരിയിൽ കമ്മീഷൻ ചെയ്ത ഇതിന് 1500 ടൺ കേവുഭാരമുണ്ട്.

13) ഐ എൻ എസ് വിരാട് - ഇന്ത്യയുടെ ഏറ്റവും വലിയ വിമാനവാഹിനി യുദ്ധക്കപ്പൽ. 226.5 മീറ്റർ നീളമുള്ള കപ്പൽ, ബ്രിട്ടീഷ് റോയൽ നേവിക്കുവേണ്ടി 1959 ൽ കമ്മീഷൻ ചെയ്യപ്പെട്ടു. ആദ്യത്തെ പേര് എച്ച് എം എസ് ഹെർമീഡ് എന്നായിരുന്നു. 1986 ൽ ഇന്ത്യൻ നേവിക്കുവേണ്ടി വാങ്ങിയതാണിത്.

14) ഐ എൻ എസ് തരംഗിണി - 1997 നവംബർ 11 ന് കമ്മീഷൻ ചെയ്യപ്പെട്ട തരംഗിണി ഇന്ത്യൻ നേവിയുടെ ഒരേയൊരു സഞ്ചരിക്കുന്ന പരിശീലന കപ്പലത്രെ (Sail Training Ship).

15) ഐ എൻ എസ് ജലാശ്വ - അമേരിക്കൻ നാവികസേനയിൽനിന്ന് 2004 സെപ്തംബറിലുണ്ടാക്കിയ കരാർ പ്രകാരം 2007 ൽ ഇന്ത്യൻ നേവിക്കു ലഭിച്ച വിമാനവാഹിനിക്കപ്പലാണിത്. U S S ട്രെന്റൺ എന്നായിരുന്നു ആദ്യത്തെ നാമം. വലുപ്പത്തിൽ നാവികസേനയുടെ രണ്ടാമത്തെ വലിയ കപ്പൽ. 202 കോടി രൂപയാണ് ഇതിന്റെ വില.

16) ഐ എൻ എസ് ചക്ര - 2009 സെപ്തംബർ മുതൽ 10 വർഷത്തേക്ക് റഷ്യയിൽനിന്ന് പാട്ടത്തിനെടുത്ത ആണവ അന്തർവാഹിനിയാണിത്. മാരക പ്രഹരശേഷിയുള്ള ഈ 'ആഖുല' പരമ്പരയിലെ അംഗം തീർത്തും നിശ്ശബ്ദമായാണ് നീങ്ങുക.

(17) ഐ എൻ എസ് സാഗർ ധ്വനി - സർവ്വേ, ഗവേഷണം എന്നിവയ്ക്കുള്ള കപ്പൽ. ഐ എൻ എസ് സാന്ധ്യക്, നിർദ്ദേശക്, നിരൂപക്, ഇൻവെസ്റ്റിഗേറ്റർ, ജമുന, സത്‌ലജ് ദർശക്ക്, സർവേഷക് എന്നിവ ഈ ഗണത്തിൽപ്പെടുന്നു.

18) ഐ എൻ എസ് സുകന്യ - ഇന്ത്യയുടെ പ്രമുഖ ആഴക്കടൽ എണ്ണ പര്യവേക്ഷണ കപ്പൽ. ഐ എൻ എസ് സുഭദ്ര, സുവർണ്ണ, സാവിത്രി, ശാരദ, സുജാത എന്നിവയും ഈ ഗണത്തിൽപ്പെടുന്നു.

19) ഐ എൻ എസ് ഗോദാവരി - ഇടത്തരം യുദ്ധക്കപ്പൽ. ഐ എൻ എസ് ഗംഗ, ഗോമതി എന്നിവയും ഈ ഗണത്തിൽപ്പെടും.

20) ഐ എൻ എസ് കുക്രി - ഇന്ത്യയുടെ അകമ്പടി യുദ്ധക്കപ്പൽ. ഐ എൻ എസ് കുതാർ, കിർപാൺ, ഖഞ്ജാർ എന്നിവയും ഈ ശ്രേണിയിലുണ്ട്.

21) ഐ എൻ എസ് പോണ്ടിച്ചേരി - മൈനുകൾ നീക്കം ചെയ്യാനുള്ള ചെറു

കപ്പൽ. ഐ എൻ എസ് പോണ്ടിച്ചേരി, പോർബന്തർ, ബേദി, ഭാവ് നഗർ, ആലപ്പി, രത്നഗിരി, കൻവാർ, കണ്ണൂർ, കൂടല്ലൂർ, കാക്കിനഡ, കോഴിക്കോട്, കൊങ്കൺ എന്നിവയും ഈ ഗ്രൂപ്പിലുണ്ട്.

22) ഐ എൻ എസ് രജ്പുത്ത് - 1980 സെപ്തംബറിൽ കമ്മീഷൻ ചെയ്യപ്പെട്ടു. ഐ എൻ എസ് റാണ, രൺവീർ, രഞ്ജിത്, രൺവിജയ് എന്നിവ ഇതേ ഗണത്തിൽപ്പെടുന്നു.

നേവൽ ബേസുകളും അവയുടെ ആസ്ഥാനങ്ങളും

ഐ എൻ എസ് അഗ്നിവാഹു (കൊളാബ, മുംബൈ), ഹൻസ (ഡാബോലി, ഗോവ), മണ്ഡോവി (ഗോവ), ജീവന്തി, വൽസുര (ജാംനഗർ, ഗുജറാത്ത്), ടുണീർ (കരാഞ്ച - മുംബൈ), ശിവാജി (ലോണാവാലി), വജ്രബാഹു (മുംബൈ), അശ്വിനി (മുംബൈ), ആൻഗ്രേ (മും

ഏഴിമല നാവിക അക്കാദമി ആകാശദൃശ്യം

ബൈ), ഹംല (മുംബൈ), ദ്വാരക (ഓഖ - ഗുജറാത്ത്), രാജാജി (ആർക്കോണം), നേതാജി സുഭാഷ് (കൊൽക്കത്ത), അഗ്രാണി (കോയമ്പത്തൂർ), ഗരുഡ (കൊച്ചി), ചിൽക (ഒഡീഷ), കട്ടബൊമ്മൻ (തിരുനൽവേലി), വീരബാഹു (വിശാഖപട്ടണം), ശതവാഹന (വിശാഖപട്ടണം), കല്യാണി (വിശാഖപട്ടണം), ഏകശില (വി.വ), വെണ്ടുരുത്തി (കൊച്ചി), ദ്രോണാചാര്യ (കൊച്ചി), കാർദ്വീപ് (നിക്കോബാർ), ജരാവ (പോർട്ട്ബ്ളെയർ), ധന്വന്തരി (പോർട്ട് ബ്ളെയർ)

എന്നും ജാഗ്രതയോടെ

ഏഷ്യയിലെ തന്നെ ഏറ്റവും വലിയ നേവൽബേസുകളിലൊന്നത്രെ, കർണ്ണാടക തീരത്തെ കാർവാറിലുള്ള ഐ എൻ എസ് കദംബ. ഇതിന്റെ പ്രഥമഘട്ടമാണ് പ്രോജക്ട് സീ ബേഡ്. 1986 ൽ അന്നത്തെ പ്രധാന മന്ത്രി രാജീവ് ഗാന്ധിയാണ് കദംബയ്ക്ക് തറക്കല്ലിട്ടത്. കണ്ണൂർ ജില്ലയിലെ ഏഴിമലയിലാണ്, 2005 ൽ കമ്മീഷൻ ചെയ്യപ്പെട്ട ഐ എൻ എസ് സാമൂതിരി. ഇവിടുത്തെ ബേസ്ഡിപ്പോ കൂടിയാണിത്. അമ്പത്തയ്യായിര ത്തോളം അംഗബലവുമായി രാജ്യത്തിന്റെ തീരദേശസുരക്ഷ ലക്ഷ്യമാക്കി റോന്തുചുറ്റുന്ന ഇന്ത്യൻ നാവികസേനയുടെ പഴയ മുദ്രാവാക്യം എന്നും അർത്ഥവത്താണ്.

'അഹോരാത്രം ജാഗ്രത!'

2

നാവികസേന - ചോദ്യോത്തരങ്ങൾ

(1) എന്നാണ് ഇന്ത്യൻനേവി രൂപീകരിച്ചത്?
1934 ൽ

(2) ഇന്ത്യയിൽ എന്നാണ് നാവികസേനാ ദിനമായി ആചരിക്കുന്നത്?
ഡിസംബർ 4 ന്

(3) പ്രാരംഭദശയിൽ ഇന്ത്യൻ നേവി ഏതുപേരിലാണ് അറിയപ്പെട്ടിരുന്നത്?
റോയൽ ഇന്ത്യൻ നേവി

(4) ഇപ്പോഴുള്ള പേര് (ഇന്ത്യൻ നേവി) സ്വീകരിച്ചത് എന്നായിരുന്നു?
1950 ജനുവരി 26 ന് റിപ്പബ്ലിക് ദിനത്തിൽ

(5) ഇന്ത്യൻ നാവികസേന അറിയപ്പെട്ടിരുന്ന മറ്റു പേരുകൾ ഏതൊക്കെയാണ്?
ബോംബെ മറൈൻ, ഇന്ത്യൻ മറൈൻ

(6) സ്വാതന്ത്ര്യലബ്ധിക്കാലത്ത് ഇന്ത്യൻ നാവികസേനയുടെ തലവൻ ആരായിരുന്നു?
ജെ ടി എസ് ഹാൾ

(7) ഇന്ത്യയിൽ ആദ്യത്തെ ചീഫ് ഓഫ് നേവൽ സ്റ്റാഫ് ആര്?
മാർക്ക് പൈസി

(8) ഇന്ത്യൻ നേവിയുടെ തലവനായ അവസാനത്തെ ബ്രിട്ടീഷുകാരൻ?
എസ് എച്ച് കാർലിൽ

(9) ഇന്ത്യക്കാരനായ പ്രഥമ തലവൻ?
ആർ ഡി കതാരി

(10) എന്നാണ് ഇദ്ദേഹം തലവനായി ചാർജ്ജെടുത്തത്?
1958 ൽ

(11) വൈസ് അഡ്മിറൽ എന്ന തലവൻ ബഹുമതി അഡ്മിറൽ എന്നാക്കിമാറ്റിയത് എന്ന്?
1966

(12) പ്രഥമ അഡ്മിറൽ ആരായിരുന്നു?
എ കെ ചാറ്റർജി

(13) അഡ്മിറൽ ഓഫ് ദി ഫ്ളീറ്റ് കരസേനയിലെ ഏതു പദവിക്കു തുല്യമാണ്?
ഫീൽഡ് മാർഷൽ പദവിക്കു തുല്യം

(14) എന്താണ് ഇന്ത്യൻ നാവികസേനയുടെ ആപ്തവാക്യം?
ഷാംന വരുണ

(15) എവിടെയാണ് നേവിയുടെ ആസ്ഥാനം?
ന്യൂഡൽഹി

(16) ഇന്ത്യൻ നേവിക് എത്ര പ്രാദേശിക കമാൻഡുകൾ ഉണ്ട്?
മൂന്ന്

(17) ഇന്ത്യയിലെ ഏറ്റവും വലിയ നേവൽബേസ്?
ഐ എൻ എസ് കദംബ

(18) എവിടെയാണ് ഈ നേവൽബേസിന്റെ ആസ്ഥാനം?
കർണ്ണാടക

(19) ഇന്ത്യൻ നാവികസേനയുടെ ആദ്യത്തെ വിമാനവാഹിനിക്കപ്പൽ ഏതാണ്?
ഐ എൻ എസ് വിക്രാന്ത്

(20) വെസ്റ്റേൺ നേവൽ കമാൻഡിന്റെ ആസ്ഥാനം എവിടെയാണ്?
മുംബൈ

(21) ഈസ്റ്റേൺ നേവൽ കമാൻഡിന്റെ ആസ്ഥാനം?
വിശാഖപട്ടണം (ആന്ധ്രപ്രദേശ്)

(22) കൊച്ചി ആസ്ഥാനമായുള്ള നേവൽ കമാൻഡ് ഏതാണ്?
സതേൺ നേവൽ കമാൻഡ്

(23) കേരളത്തിൽ കമ്മീഷൻ ചെയ്യപ്പെട്ടത് ഏതെന്ന് പറയാമോ?
ഏഴിമല - കണ്ണൂർ ജില്ലയിൽ

(24) ഏഴിമലയിലെ ബേസ് ഡിപ്പോയുടെ പേര്?
ഐ എൻ എസ് സാമൂതിരി

(25) ഇന്ത്യയിലെ പ്രഥമ നാവിക അക്കാദമി നിലവിൽ വന്നത് എവിടെയാണ്? ഏതു വർഷം?
കൊച്ചിയിൽ 1969 ൽ

(26) ഏതെല്ലാമാണ് ഇന്ത്യയുടെ വിമാനവാഹിനിക്കപ്പലുകൾ?
ഐ എൻ എസ് വിരാട്, ഐ എൻ എസ് വിക്രമാദിത്യ

(27) റഷ്യയിൽനിന്ന് ഇന്ത്യ ഒരു വിമാനവാഹിനിക്കപ്പൽ വാങ്ങിയിട്ടുണ്ട്. ഏതാണ്?
അഡ്മിറൽ ഗോർഷ്കോവ്

(28) ഈ കപ്പലിനെ ഇന്ത്യൻ നേവി പുനർനാമകരണം ചെയ്യുകയായിരുന്നു. പുതിയ പേര്?
ഐ എൻ എസ് വിക്രമാദിത്യ

(29) ഇന്ത്യയിൽ എവിടെയൊക്കെയാണ് യുദ്ധക്കപ്പലുകൾ നിർമ്മിക്കുന്നത്?
മുംബൈയിലും വിശാഖപട്ടണത്തും

(30) ഐ എൻ എസ് വിരാട് ഇന്ത്യ ഏതുരാജ്യത്തുനിന്നാണ് വാങ്ങിയതെന്നു പറയാമോ?
ബ്രിട്ടണിൽനിന്ന്

(31) ഇന്ത്യയുടെ ഏറ്റവും വലിയ വിമാനവാഹിനിക്കപ്പലിന്റെ പേര്?
ഐ എൻ എസ് വിരാട്

(32) ബ്രിട്ടൺ നേവിയിൽ ഐ എൻ എസ് വിരാട് അറിയപ്പെട്ടിരുന്നത് ഏതു പേരിലായിരുന്നു?
H M S HERMES

(33) അമേരിക്കൻ നാവികസേനയിൽനിന്ന് ഇന്ത്യ വാങ്ങിയ U S S Trenton ഇന്ത്യൻ നേവിയിൽ ഏതുപേരിലാണ് അറിയപ്പെടുന്നത്?
ഐ എൻ എസ് ജലാശ്വ

(34) ഇന്ത്യൻ നേവിയുടെ സഞ്ചരിക്കുന്ന പ്രഥമ പരിശീലനക്കപ്പലിന്റെ പേര്?
ഐ എൻ എസ് തരംഗിണി

(35) 2003 –04 ൽ ഐ എൻ എസ് തരംഗിണി നടത്തിയ ലോകപര്യടനം അറിയപ്പെടുന്നത്?
ലോകയാൻ 07

(36) മിസൈൽ വിക്ഷേപണശേഷിയുള്ള ഇന്ത്യയുടെ പ്രഥമ അന്തർവാഹിനി?
ഐ എൻ എസ് സിന്ധുശസ്ത്ര

(37) ഏതെല്ലാമാണ് ഇന്ത്യയുടെ അന്തർവാഹിനികൾ?
ചക്ര, ശൽക്കി, ഷൻകൂൽ, സിന്ധുവീർ

(38) ഏതൊക്കെയാണ് ഇന്ത്യയുടെ മിസൈൽ ബോട്ടുകൾ?
വിഭൂതി, വിപുൽ, നാശക്, പ്രഹാർ

(39) പത്തുവർഷത്തെ പാട്ടത്തിന് റഷ്യയിൽനിന്ന് ഒരു ആണവമുങ്ങിക്ക

പ്പൽ ഇന്ത്യ എടുത്തിട്ടുണ്ട്. ഏതാണാ കപ്പൽ?
ഐ എൻ എസ് ചക്ര

(40) ഇന്ത്യയിൽ നിർമ്മിച്ച ഏറ്റവും വലിയ യുദ്ധക്കപ്പൽ ഏതാണ്?
ഐ എൻ എസ് ഡൽഹി

(41) തദ്ദേശീയമായി ഇന്ത്യ നിർമ്മിച്ച പ്രഥമ അന്തർവാഹിനി?
ഐ എൻ എസ് ശൽക്കി

(42) ഇന്ത്യൻ നേവിയിലെ ഏറ്റവും വേഗതയേറിയ മിസൈൽ ബോട്ട് ഏതാണ്?
ഐ എൻ എസ് പ്രഹാർ

(43) ഇന്ത്യ തദ്ദേശീയമായി നിർമ്മിച്ച ആദ്യത്തെ വേഗതയേറിയ മിസൈൽ ബോട്ട്?
ഐ എൻ എസ് പ്രഹാർ

(44) ഇന്ത്യ തദ്ദേശീയമായി വികസിപ്പിച്ചെടുത്ത പ്രഥമ ആണവ അന്തർവാഹിനി?
ഐ എൻ എസ് അരിഹന്ത്

(45) ഈ അന്തർവാഹിനിയിൽ എത്ര പേർക്ക് സഞ്ചരിക്കാം?
1000 പേർക്ക്

(46) ആന്ധ്രയിലും തമിഴ്നാട്ടിലും ഇന്ത്യൻ നാവികസേന ഇടപെട്ട സുനാമി ദുരിതാശ്വാസപ്രവർത്തനം ഏതു പേരിലാണ് അറിയപ്പെടുന്നത്?
ഓപ്പറേഷൻ മദത്ത്

(47) മാലദ്വീപിലെ സുനാമി ബാധിതപ്രദേശത്ത് നാവികസേന ഇടപെട്ട ഓപ്പറേഷൻ?
ഓപ്പറേഷൻ കാസ്റ്റർ

(48) ലങ്കയിലും ഇന്ത്യൻ നേവി സുനാമി ബാധിതരെ സഹായിക്കാൻ മുന്നിട്ടിറങ്ങിയിരുന്നു. ഇതിന്റെ പേര്?
ഓപ്പറേഷൻ റെയിൻ ബോ

(49) ഒരു ഇന്ത്യൻ രാഷ്ട്രപതിയാണ് ഇന്ത്യൻ നേവിയുടെ അന്തർവാഹിനിയിൽ ആദ്യമായി യാത്രചെയ്ത പ്രസിഡന്റ് – ആരാണ്?
ഡോ. എ പി ജെ അബ്ദുൾ കലാം

(50) പ്രസിഡന്റ് സഞ്ചരിച്ച അന്തർവാഹിനിയുടെ പേര്?
ഐ എൻ എസ് സിന്ധുരക്ഷക്

(51) സർവ്വേകൾക്കും ഗവേഷണങ്ങൾക്കുമുള്ള ഇന്ത്യൻ നാവികസേനയുടെ കപ്പൽ?
ഐ എൻ എസ് സാഗർദ്ധ്വനി

(52) ആർക്കാണ് ഇന്ത്യൻ കടൽത്തീരങ്ങളുടെ സംരക്ഷണച്ചുമതലയുള്ളത്?

കോസ്റ്റ്ഗാർഡ് (തീരസംരക്ഷണ സേന)

(53) എന്നാണ് കോസ്റ്റ് ഗാർഡ് രൂപീകരിച്ചതെന്നു പറയാമോ?
1978 ആഗസ്ത് 19 ന്

(54) കോസ്റ്റ് ഗാർഡിനുമുണ്ട് ഒരു ആപ്തവാക്യം - ഏതാണത്?
വയം രക്ഷാമഹ് (we protect)

(55) കോസ്റ്റ് ഗാർഡിന്റെ ആസ്ഥാനം എവിടെയെന്നു പറയാമോ?
ന്യൂഡൽഹി

(56) ഇന്ത്യൻ നാവികസേനയുടെ പരിശീലനക്കപ്പലുകൾ ഏതെല്ലാമാണ്?
ഐ എൻ എസ് തീർ, ഐ എൻ എസ് കൃഷ്ണ

(57) എ പി ജെ അബ്ദുൾ കലാം ഏതു കടലിലൂടെയായിരുന്നു അന്തർവാഹിനിയിൽ സഞ്ചരിച്ചിരുന്നത്?
ബംഗാൾ ഉൾക്കടലിലൂടെ

(58) അന്തർവാഹിനിയിൽനിന്ന് വിക്ഷേപിക്കാവുന്നതും ഇന്ത്യ വികസിപ്പിച്ചെടുത്തതുമായ ബാലിസ്റ്റിക് മിസൈൽ ഏതെന്നു പറയാമോ?
സാഗരിക

(59) സുനാമി പ്രവർത്തനവുമായി ബന്ധപ്പെട്ട് ഇന്ത്യൻ നേവി ആൻഡമാൻ-നിക്കോബാർ ദ്വീപുകളിൽ നടത്തിയ യത്നം ഏതുപേരിലാണ് അറിയപ്പെടുന്നത്?
ഓപ്പറേഷൻ സീവേവ്സ്

(60) ഇന്ത്യൻ നാവികസേനയുടെ തലവനായ അവസാനത്തെ ബ്രിട്ടീഷുകാരൻ ആര്?
എസ് എച്ച് കാർലിൽ

(61) ഇന്ത്യൻ നേവിയിൽ കമ്മീഷൻഡ് റാങ്ക് ലഭിച്ച പ്രഥമ ഇന്ത്യക്കാരൻ?
ഡി എൻ മുഖർജി

(62) 2007 വർഷം ഐ എൻ എസ് തരംഗിണി നടത്തിയ ലോകപര്യടനം ഏതു പേരിലാണ് അറിയപ്പെടുന്നത്?
ലോകയാൻ - 07

(63) മുൻ പ്രധാനമന്ത്രി മൻമോഹൻസിങ്ങിന്റെ പത്നി ഗുർചരൺ കൗർ ഒരു അന്തർവാഹിനി നീറ്റിലിറക്കിയിട്ടുണ്ട്. ഏതാണ് ആ അന്തർവാഹിനി?
ഐ എൻ എസ് അരിഹന്ത്

3

ഇന്ത്യൻ കരസേന

എല്ലാ വർഷവും ജനുവരി 15 ന് ദേശീയ കരസേനാദിനമായി ആച രിച്ചുപോരുന്നു. സായുധസേനയിലെ നാവികസേനയ്ക്കും വ്യോമസേന യ്ക്കുമൊപ്പം നില്ക്കുന്ന വിഭാഗമാണ് കരസേന. ഇന്ത്യൻ സേനയെ സംബന്ധിച്ച് വളരെയേറെ ചരിത്രപ്രാധാന്യമുള്ള ദിവസം കൂടിയാണിത്.

കരസേനയുടെ ചിഹ്നം

വർഷങ്ങൾക്കുമുമ്പ് ഈ ദിവസത്തിലായിരുന്നു ഇന്ത്യൻസേന പാകിസ്ഥാൻ കടന്നുകയറ്റക്കാരെ കാശ്മീർ താഴ്വരയിൽനിന്നും ഒഴിവാക്കി 'ബഡ്ഗാം' എന്ന പ്രദേശം വീണ്ടെടുത്തത്. ഇന്ത്യൻ സേനയുടെ ഈ ധീരയത്നത്തെയും സുപ്രധാനമായ വിജയത്തെയും അനുസ്മരിക്കാനായി എല്ലാക്കൊല്ലവും ജനുവരി 15 ന് കരസേനാദിനം ആചരിക്കുന്നു- ഈ ദിനത്തിൽ കരസേനയുടെ ആരംഭവും ചരിത്രവും വിവിധ രാജ്യങ്ങളിലുള്ള കരസേനകളും മറ്റും അന്വേഷിക്കുകയാണ്. വിവിധ ക്ലാസുകളിലെ ചരിത്രം, രാഷ്ട്രതന്ത്രം പാഠപുസ്തകങ്ങൾക്കും കരസേന വിഷയമാകുന്ന സകല പാഠങ്ങൾക്കും സഹായകരമായ വിവരങ്ങളിതാ. ഒപ്പം ഈ ദിവസം അവതരിപ്പിക്കാൻ ഒരു പ്രത്യേക പ്രശ്നോത്തരിയും.

പരമ്പരാഗത കരസേന

ഏതൊരു രാജ്യത്തിന്റെയും ചരിത്രം പരിശോധിക്കുകയാണെങ്കിൽ, ഒരു യുദ്ധത്തിന്റെയെങ്കിലും കഥ പറയാനുണ്ടാകും. ചരിത്രകഥകൾ വിഷയമാക്കുന്ന ചിത്രകഥകൾ, ചലച്ചിത്രങ്ങൾ, ഡോക്യുമെന്ററി ഫിലിമുകൾ, പെയിന്റിങ്ങുകൾ തുടങ്ങിയവയിലെല്ലാം കരയിൽവച്ചുള്ള യുദ്ധങ്ങൾക്കാണ് പ്രാധാന്യം കൊടുക്കാറുള്ളത്. ഏതാണ്ട് 6000 വർഷത്തെ പാരമ്പര്യമുണ്ടത്രെ കരസേനയ്ക്ക്! കുന്തങ്ങൾ, കോടാലി, വാൾ, പരിച എന്നീ ആയുധങ്ങൾ, പടച്ചട്ടകൾ, ചെമ്പുതൊപ്പികൾ, പല പദവിയിൽ യൂണിഫോമുകൾ ധരിച്ച് അണിനിരന്ന സേനാനായകന്മാർ... ഇതൊക്കെയായിരുന്നു അന്നത്തെ യുദ്ധരംഗം വാണിരുന്നവർ. പഴയ ചിത്രകഥാപുസ്തകങ്ങളിൽ ഇത്തരം രംഗങ്ങൾ മനോഹരമായി വരച്ചുവച്ചിരിക്കുന്നത് കൂട്ടുകാർ കണ്ടിരിക്കുമല്ലോ

പഴയ നാഗരികതയായ ഈജിപ്തിൽ

നൈലിന്റെ ദാനമെന്ന് വിശേഷിപ്പിക്കുന്ന ഈജിപ്തിൽ ബി സി മൂവായിരത്തിൽത്തന്നെ കരസേന നിലവിലുണ്ടായിരുന്നുവത്രെ. റാം സെസ് രണ്ടാമൻ എന്ന കുപ്രസിദ്ധനായ ഫറവോ രാജാവ് (മോശാ പ്രവാചകനുമായി, താൻ ദൈവമാണ് എന്നവകാശപ്പെട്ട് പരസ്യമായി രംഗത്തിറങ്ങിയ ഫിർദൗൻ) സൈന്യത്തെ പുനഃസംഘടിപ്പിച്ചതായി രേഖകളുണ്ട്. മോശയും (മൂസ എന്ന് ഖുർ-ആനിൽ) അനുയായികളെയും ആക്രമിക്കാനായി വലിയൊരു കരസേനയെ ആയിരുന്നു ഫിർ ദൗൻ ഒരുക്കിയിരുന്നത്. അവസാനം നൈൽ നദിയിൽ ഈ വലിയ കരസേനയ്ക്കൊപ്പം മുങ്ങിമരിക്കാനായിരുന്നു വിധി. ഈ ചരിത്രം കൂട്ടുകാർക്കറിയാമല്ലോ.

ബി സി 4000 ൽ സുമേറിയയിലും സംഘടിതമായ കരസേന നിലവിലുണ്ടായിരുന്നു. ഈജിപ്തിലെയും ചൈനയിലെയും സർവ്വസൈന്യാധിപൻ രാജാവ് തന്നെയായിരുന്നു. അതിനു തൊട്ടടുത്ത സ്ഥാനം കമാൻഡറും

ബാബിലോണിയൻ കരസേനയെക്കുറിച്ച് ഹമ്മുറാബിയുടെ നിയമസംഹിത യിൽ പരാമർശമുണ്ട്. അസീറിയയിൽ ബി സി ഒൻപതാം ശതകത്തിലാണ് കുതിരപ്പടയോടെ സുസംഘടിതമായ കരസേന സജ്ജമായിരുന്നത്.

ഗ്രീസിന്റെ ചരിത്രത്തിൽ

ചരിത്രങ്ങളുടെ ചരിത്രമായ ഗ്രീക്കുസംസ്കാരത്തിൽ കരസേനയുടെ സജ്ജീകരണം വളരെ മികച്ചതായിരുന്നു എന്നു കാണുന്നു. വളരെ ചെറുപ്പത്തിൽത്തന്നെ അതായത്, ഏഴു വയസ്സു മുതൽ ബാലന്മാർ സൈനിക പരിശീലനം നേടിയിരുന്നു. ഗ്രീക്കുസൈന്യത്തിന്റെ മുൻനിര യിൽ 'ഫലാൻക്സ്' എന്ന പ്രധാനപ്പെട്ട ബറ്റാലിയൻ സൈനികർ കുന്ത ങ്ങൾ വഹിച്ചുകൊണ്ട് മാർച്ചുചെയ്യുന്ന കാഴ്ച പഴയ ഡോക്യുമെന്ററിക ളിലും ചലച്ചിത്രങ്ങളിലും കാണാം. ചക്രവർത്തിയായ ഫിലിപ്പിന്റെയും

ഫലാൻക്സ് സൈനികർ

മകൻ അലക്സാണ്ടറുടെയും ഫലാൻക്സിനുള്ള പ്രത്യേക കുതിരപ്പട്ടാ ളത്തിന്റെ അകമ്പടിയോടെയായിരുന്നു എന്നതാണ് ചരിത്രത്തിലെ അതി കായന്മാരായിരുന്ന റോമാസാമ്രാജ്യത്തിന്റെ സൈന്യത്തിന് കൊച്ചുവാൾ വഹിച്ചുകൊണ്ടുള്ള കാലാൾപ്പടയായിരുന്നു പ്രധാനം. ഈ വാളിനു പുറമെ രണ്ടോ മൂന്നോ കുന്തങ്ങളും ഹെൽമറ്റും മരത്തടികൊണ്ടുള്ള പടച്ചട്ടയും ഉണ്ടായിരുന്നു.

ചെങ്കിസ്ഖാൻ എന്ന സ്വേച്ഛാധിപതി

ലോകചരിത്രത്തിൽ നിരവധി ഏടുകൾ അവശേഷിപ്പിച്ചുകൊണ്ട് റോമാസാമ്രാജ്യം അധഃപതിച്ചു. മദ്ധ്യയുഗത്തിന്റെ ആരംഭവുമായി. കുതിരപ്പടയും കുന്തവും പടച്ചട്ടയും മാറി അമ്പും വില്ലും യുദ്ധവേളയിൽ ഉപയോഗിക്കാൻ തുടങ്ങി. ശതവത്സരയുദ്ധത്തിൽ വെടിമരുന്നും കണ്ടെത്തി. പതിമൂന്നാംശതകത്തിലാണ് മംഗോളിയൻ സാമ്രാജ്യസ്ഥാപകനായ ചെങ്കിസ്ഖാന്റെ കരസേനയിൽ ഒരു 'ടൗമനി'ൽ 30,000 ഭടന്മാരാണത്രെ ഉണ്ടായിരുന്നത്! ദേശാന്തരഗാമികളായ വിവിധ 'മംഗോൾ' വംശജരെ കണ്ടെത്തുകയും അവരെ സംഘടിപ്പിച്ച് 'താർതാർ' മേധാവിത്വം ഇല്ലാതാക്കുകയും ചെയ്തു ഇയാൾ. 'സകലരുടെയും ചക്രവർത്തി' എന്നർത്ഥമുള്ള 'ചെങ്കിസ്ഖാൻ' എന്ന നാമം സ്വയം സ്വീകരിക്കുകയും സുശക്തമായ കരസേന സംഘടിപ്പിച്ച് വലിയ കോട്ട ഭേദിച്ച് ചൈനയെ ആക്രമിച്ചു. അങ്ങനെ പീക്കിങ് പിടിച്ചെടുത്തുവെങ്കിലും പൂർണ്ണമായി ചൈനയെ കീഴ്പ്പെടുത്താനായില്ല. അഫ്ഗാനിസ്ഥാനിലും പഴയ പേർഷ്യയിലും തെക്കൻ റഷ്യയിലും സകല പ്രതിരോധങ്ങളെയും തകർത്ത് പൈശാചികമായ കൂട്ടക്കൊല നടത്തിയതും കരസേനയുടെ പിൻബലത്തോടെയായിരുന്നു.

പതിനെട്ടാം നൂറ്റാണ്ടിൽ

വെടിമരുന്നിന്റെ കണ്ടുപിടിത്തവും ഉപയോഗവുമായിരുന്നു പതിനെട്ടാം ശതകത്തിലെ പ്രധാന യുദ്ധപുരോഗതി. കുതിരപ്പടയ്ക്ക് ഒന്നും ചെയ്യാനാകാത്തവിധം വെടിമരുന്നിന്റെ വ്യാപനവും മറ്റും വ്യാപകമായി. എന്നാൽ, ബയണറ്റുകളുടെ കണ്ടുപിടിത്തം കാലാൾപ്പടയെ സുസജ്ജമാക്കി. തുടരെത്തുടരെയുള്ള യുദ്ധങ്ങളും യുദ്ധനയങ്ങളും രാജ്യങ്ങൾ സ്വന്തം ചൊൽപ്പടിയിലാക്കാനുള്ള വൻ ശക്തികളുടെ അത്യാഗ്രഹങ്ങളും സൈന്യസേവനം പരിശീലനമാർജ്ജിച്ച് ഒന്നായതും ഇക്കാലത്തായിരുന്നു. അമേരിക്കൻ വിപ്ലവം, ഫ്രഞ്ചു വിപ്ലവം എന്നിവ കരസേനയുടെ ആസൂത്രണത്തിലേക്കാണ് വിരൽ ചൂണ്ടുന്നത്. നെപ്പോളിയൻ ബോണപ്പാട്ട് എന്ന യുദ്ധവീരന്റെ തന്ത്രങ്ങളും വിജയങ്ങളും അദ്ദേഹത്തെ യൂറോപ്പിന്റെ നേതാവാക്കുന്നതിൽ കരസേനയ്ക്ക് ഗണ്യമായ പങ്കുണ്ടായിരുന്നു.

പുതിയ പരീക്ഷണങ്ങൾ

പുതിയ സാമ്രാജ്യങ്ങൾ വെട്ടിപ്പിടിക്കാനും തങ്ങളുടെ സ്വാർത്ഥതയും അത്യാർത്തിയും മറ്റുള്ളവരുടെ മേൽ കുതിരകയറാൻ മനുഷ്യനെ പ്രേരിപ്പിച്ചതിന്റെ ഫലമായി കരസേനയിൽ കണ്ടുപിടുത്തങ്ങൾ വളരെയുണ്ടായി. റെയിൽവേയുടെ ആവിർഭാവമായിരുന്നു അതിലെ നിർണ്ണായകമായ ഒരു നീക്കം. പടച്ചട്ടയ്ക്കു പുതിയ മുഖങ്ങളുടെ പരീക്ഷണമായി

രുന്നു 1870 –71 ലെ ഫ്രാങ്കോ - പ്രഷ്യൻ യുദ്ധവും തുടർന്നുള്ള നാലു ശതകങ്ങളും. മാഗസിൻ, റൈഫിൾ, ഫീൽഡ്ഗൺ, മെഷീൻഗൺ എന്നീ യുദ്ധോപകരണങ്ങളുടെ ഉദയം ഇക്കാലത്തായിരുന്നു. ഒന്നും രണ്ടും ലോകമഹായുദ്ധങ്ങൾ ലക്ഷക്കണക്കിനു സൈനികരെയും പടക്കോപ്പു കളെയും യുദ്ധഭൂമികളിലെത്തിച്ചു.

കരസേന ഇന്ന്

കരസേന അതിന്റെ പൂർണ്ണതയിലെത്തിയ കാലമാണ് ഇതെന്നു പറയാം. സകലവിധ സന്നാഹങ്ങളും സജ്ജീകരണങ്ങളും ഇന്ന് ഏതൊരു രാഷ്ട്രത്തിനുമുണ്ട്. കരസേനയുടെ പ്രവർത്തനങ്ങൾ ഇന്ന് നാവികസേനയെയും വ്യോമസേനയേയും ബന്ധപ്പെട്ടാണിരിക്കുന്നത്. ഇവ പരസ്പര പൂരകങ്ങളാണ്. കരസേനയും നാവികസേനയും വിമാന ങ്ങളും വ്യോമമിസൈലുകളും ഉപയോഗിക്കുന്നുണ്ട്. നാവികസേനയ്ക്ക് കരസേന കൂടിയേ തീരൂ. വൻകരയുടെ അതിർത്തി കൂടുതലുള്ള രാജ്യ ങ്ങളിൽ കരസേനയ്ക്ക് വലിയ പങ്കാണ് വഹിക്കാനുള്ളത്. വ്യോമ സേനയും ഇവിടെ വേണ്ട സഹായങ്ങൾ ചെയ്യുന്നുണ്ട്.

അണ്വായുധങ്ങൾ

നിരവധി വിനാശകാരികളായ യുദ്ധോപകരണങ്ങൾ പരീക്ഷിക്കാൻ വൻശക്തികൾക്ക് സുവർണ്ണാവസരമൊരുക്കിയത് രണ്ടാം ലോക മഹായുദ്ധമായിരുന്നു. അണുബോംബ് ഒരു ഉദാഹരണം മാത്രം. ഇതോടെ സ്ഥിതിഗതികൾക്ക് മാറ്റങ്ങളും വന്നു. അമേരിക്ക, ബ്രിട്ടൺ, റഷ്യ തുടങ്ങിയ ശക്തിരാജ്യങ്ങൾക്ക് മാനവരാശിയെ മുച്ചൂടും നശിപ്പിക്കാൻ കെല്പുള്ള അണ്വായുധങ്ങൾ സ്വന്തമായുണ്ട്. അണ്വായുധങ്ങളും അണ്വേതര ആയുധങ്ങളും സമന്വയിപ്പിച്ചുകൊണ്ടാണ് മിക്ക രാഷ്ട്ര ങ്ങളും കരസേനയെ ഒരുക്കുന്നത്.

കരസേനയുടെ ധർമ്മങ്ങൾ

കടന്നാക്രമണങ്ങൾക്കും പ്രതിരോധത്തിനും മറ്റുമാണ് ഓരോ രാജ്യവും കരസേനയെ സജ്ജമാക്കിയിരിക്കുന്നതെങ്കിലും, യുദ്ധ കാലത്തും സമാധാനകാലത്തും കരസേന അനുഷ്ഠിക്കേണ്ട പല ധർമ്മ ങ്ങളുമുണ്ട്. യുദ്ധകാലത്ത് ആക്രമണത്തെ തടഞ്ഞ് സ്വന്തം രാജ്യം സംര ക്ഷിക്കുകയാണ് പ്രധാനജോലി. സമാധാനകാലങ്ങളിൽ ചെയ്യാനായി വള രെയേറെ കർത്തവ്യങ്ങളുണ്ട്. ആഭ്യന്തര കലാപങ്ങൾ അമർച്ച ചെയ്യുക, വെള്ളപ്പൊക്കം, മറ്റു പ്രകൃതി ദുരന്തങ്ങൾ ഉണ്ടാകുന്ന സമയം രാജ്യത്തെ സഹായിക്കുന്ന ജോലികളിൽ വ്യാപൃതരാവുക, റോഡ്, റെയിൽവേ, പാല

കരസേനയിലെ സൈനികർ യുദ്ധമുഖത്ത്

ങ്ങൾ, കനാൽ തുടങ്ങിയവയ്ക്കു നിർമ്മാണ പ്രവൃത്തികളിൽ പങ്കാളിയാവുക തുടങ്ങിയവയെല്ലാം ഇതിലുൾപ്പെടുന്നു.

കരസേനയിലെ വകുപ്പുകൾ

ജീവിതത്തിലെ ഓരോ മണിക്കൂറും നിർണ്ണായകം എന്നതുപോലെ തന്നെയാണ് കരസേനയുടെ കാര്യവും. യുദ്ധോപകരണങ്ങൾ, കമ്പ്യൂട്ടർ സംബന്ധിയായ ഇക്കാലത്ത് യുദ്ധം എപ്പോഴാണുണ്ടാകുന്നതെന്ന് തീർച്ചയില്ലാത്തതിനാൽ, ഏതു സമയത്തും യുദ്ധസന്നദ്ധരായി നില്ക്കുന്നു ഇന്ന് എല്ലാ രാഷ്ട്രങ്ങളും. മിക്ക രാജ്യങ്ങളും നിർബ്ബന്ധിത സൈനിക സേവനം വ്യവസ്ഥ ചെയ്തിട്ടുണ്ട്.

ഇൻഫൻട്രി, ആർമർ, ആർട്ടില്ലെറി എന്നീ വിഭാഗങ്ങൾ ഉൾപ്പെട്ടതാണ് കരസേന. ഇതിനു പുറമേ എഞ്ചിനീയർ, സിഗ്നൽ, ഏവിയേഷൻ, ഓർഡിനൻസ്, മെഡിക്കൽ, കെമിക്കൽ, ട്രാൻസ്പോർട്ടേഷൻ, സപ്ലൈ തുടങ്ങിയ വകുപ്പുകളുമുണ്ട്. ഓരോ ഡിവിഷനിലും 10000 – 15000 സൈനികരെങ്കിലുമുണ്ടാകാറുണ്ട്.

നമ്മുടെ കരസേന

വലുപ്പത്തിൽ, ലോകത്ത് രണ്ടാം സ്ഥാനത്ത് ഇന്ത്യൻ കരസേന എത്തിനില്ക്കുന്നു. ഏതു സാഹചര്യവും തരണം ചെയ്യാൻ സജ്ജമായ സേനയാണ് നമ്മുടേത്. 'മേജർ സ്ട്രിങ്ങർ ലോറൻസാ'ണ് ഇന്ത്യൻ ആർമിയുടെ പിതാവ്. ന്യൂഡൽഹിയാണ് ആസ്ഥാനം. 12 ലക്ഷം സേനാംഗങ്ങൾ നമുക്കുണ്ട്. ഏറ്റവും ഉയർന്ന പദവിയാണ് 'ഫീൽഡ് മാർഷൽ'.

ഏഴ് കമാൻഡുകളുടെ കീഴിലാണ് കരസേന പ്രവർത്തിക്കുന്നത്. 'കന്റോൺമെന്റുകൾ' എന്ന് ഇതറിയപ്പെടുന്നു. ഇപ്പോൾ ഇതിന്റെയെണ്ണം 62 ആണ്. വിദേശത്തുള്ള ഇന്ത്യൻ സൈനിക കേന്ദ്രം 'ഫർഖോർ' വ്യോമ താവളമാണ്. പൂർവ്വ കമാൻഡ് (കൽക്കട്ട), ദക്ഷിണ കമാൻഡ് (പൂനെ), പശ്ചിമ കമാൻഡ് (ഷിംല), മദ്ധ്യ കമാൻഡ് (ലഖ്നൗ), ഉത്തര കമാൻഡ് (ഉധംപൂർ) എന്നിവയാണ്. ഇവയിൽ ഏറ്റവും പ്രധാനപ്പെട്ടവ 1947 ൽ ഇന്ത്യൻ കരസേനാമേധാവി 'ജനറൽ സർ റോബർട്ട് ലോക്ക് ഹാർട്ട്' ആയിരുന്നു. ഇപ്പോൾ, ജനറൽ ദീപക് കപൂറാണ്. സ്വാതന്ത്ര്യദിന - റിപ്പ ബ്ലിക് ദിനാഘോഷവേളകളിൽ കരസേനയുടെയും വ്യോമസേനയുടെയും പ്രകടനം സംബന്ധിച്ച വാർത്തകൾ നിങ്ങൾ പത്രമാധ്യമങ്ങളിലൂടെ അറി യാറില്ലേ? (ഇന്ത്യൻ കരസേനയുടെ കൂടുതൽ വിവരങ്ങൾ അടുത്ത അദ്ധ്യായത്തിലെ ചോദ്യോത്തരങ്ങളിലൂടെ അറിയാം)

4

കരസേന ചോദ്യോത്തരങ്ങൾ

(1) ആരാണ് ഇന്ത്യൻ ആയുധസേനയുടെ പരമാധികാരി?

രാഷ്ട്രപതി

(2) ദേശീയപ്രതിരോധത്തിന്റെ ചുമതല ആർക്കാണ്?

കേന്ദ്രമന്ത്രിസഭയ്ക്ക്

(3) ഇന്ത്യൻ സേനയുടെ പരമാധികാരി രാഷ്ട്രപതിയാണ് എന്ന് ഭരണഘടന എത്രാമത്തെ വകുപ്പിലാണ് പറയുന്നത്?

53-ാം വകുപ്പിൽത്തന്നെ പറയുന്നുണ്ട്.

(4) ഈ വകുപ്പിലെ തീരുമാനസഭയുടെ സുരക്ഷാകാര്യസമിതിക്ക് അദ്ധ്യക്ഷൻ ആരായിരിക്കും?

ഇന്ത്യൻ പ്രധാനമന്ത്രി

(5) പ്രഥമ കേന്ദ്രമന്ത്രിസഭയിലെ പ്രതിരോധമന്ത്രി ആരായിരുന്നു?

ബൽദേവ് സിങ്

(6) ആരാണ് ഇന്ത്യൻ ആർമിയുടെ പിതാവ്?

മേജർ സ്ട്രിങർ ലോറൻസ്

(7) ഇന്ത്യക്ക് സ്വാതന്ത്ര്യം ലഭിക്കുന്ന വേളയിലെ കരസേനാമേധാവി ആരായിരുന്നു?

ജനറൽ സർ റോബർട്ട് ലോക്ക് ഹാർട്ട്

(8) എവിടെയാണ് ഇന്ത്യൻ സേനയുടെ ആസ്ഥാനം?

ന്യൂഡൽഹി

(9) Standing Army (മുഴുസമയസൈന്യം)ക്കു എണ്ണത്തിൽ ഇന്ത്യൻ ആർമിക്ക് ലോകത്തുള്ള സ്ഥാനം?

രണ്ടാം സ്ഥാനം

(10) കരസേനയുടെ സെൻട്രൽ കമാൻഡ് എവിടെയാണ്?

ലഖ്നൗ (ഉത്തർപ്രദേശ്)

(11) കരസേനയുടെ ഈസ്റ്റേൺ കമാൻഡോ

കൊൽക്കത്ത

(12) കരസേനയുടെ നോർത്തേൺ കമാൻഡ് എവിടെയാണ് സ്ഥിതി ചെയ്യുന്നത്?

ഉധംപൂർ

(13) വെസ്റ്റേൺ കമാൻഡ്?

ചണ്ഡി മന്ദിർ

(14) സതേൺ കമാൻഡ്?

പൂനെ

(15) സൗത്ത് - വെസ്റ്റേൺ കമാൻഡ് എവിടെയാണ്?

ജയ്പൂർ (രാജസ്ഥാൻ)

(16) കരസേനയുടെ ആർമി ട്രെയിനിങ് കമാൻഡ് സ്ഥിതിചെയ്യുന്നത് എവിടെയാണ്?

സിംലയിൽ

(17) നമ്മുടെ സൈനികത്താവളങ്ങളെ വിളിക്കുന്ന ആംഗലേയനാമം?

കന്റോൺമെന്റുകൾ

(18) ഇന്ത്യയിൽ ആദ്യമായി കന്റോൺമെന്റ് സ്ഥാപിച്ചത് ആരായിരുന്നു? ഏതു വർഷം?

റോബർട്ട് ക്ലൈവ് - 1765 ൽ

(19) ഇപ്പോൾ ഇന്ത്യയിൽ എത്രയിടത്ത് കന്റോൺമെന്റുകൾ ഉണ്ട്?

62

(20) ഇന്ത്യയിലെ ഏറ്റവും വലിയ കന്റോൺമെന്റ് എവിടെ സ്ഥിതി ചെയ്യുന്നു?

പഞ്ചാബിലെ ഭാട്ടിൻഡയിൽ

(21) കേരളത്തിലെ കന്റോൺമെന്റ് എവിടെയാണ്?

കണ്ണൂരിൽ

(22) ആംഡ്ഫോഴ്സ് മെഡിക്കൽ കോളേജ് എവിടെ സ്ഥിതി ചെയ്യുന്നു?

പൂനെയിൽ

(23) ഇന്ത്യക്ക് പുറത്തുള്ള പ്രഥമ സൈനിക കേന്ദ്രം എവിടെയാണ്?
താജിക്കിസ്ഥാനിലെ ഫർഖോർ വ്യോമതാവളം

(24) നാഷണൽ ഡിഫൻസ് അക്കാദമി എവിടെ സ്ഥിതി ചെയ്യുന്നു?
ഖഡക്‌വാസല (മഹാരാഷ്ട്ര)

(25) എവിടെയാണ് ഇന്ത്യൻ മിലിട്ടറി അക്കാദമി?
ഡെറാഡൂണിൽ

(26) ഇന്ത്യൻ ആർമി കേഡറ്റ് കോളേജ് സ്ഥിതിചെയ്യുന്നത്?
ഡെറാഡൂണിൽ

(27) എന്നാണ് ഇന്ത്യൻ കരസേനാദിനം?
ജനുവരി 15

(28) ബ്രിട്ടീഷുകാരനായ അവസാനത്തെ കരസേനാ മേധാവി?
ജനറൽ സർ റോയ് ബുച്ചർ

(29) ആദ്യത്തെ ഇന്ത്യൻ കരസേനാ മേധാവി?
കെ എം കരിയപ്പ

(30) കരിയപ്പ ഏതു പേരിലാണ് അറിയപ്പെട്ടിരുന്നത്?
കിപ്പർ (Kipper)

(31) കരസേനാ മേധാവിമാർ ആദ്യകാലത്ത് ഏതു പേരിലാണ് അറിയപ്പെട്ടിരുന്നത്?
കമാൻഡർ ഇൻ ചീഫ്

(32) ഇപ്പോൾ ഏതു പേരിലാണ് മേധാവിമാർ അറിയപ്പെടുന്നത്?
ചീഫ് ഓഫ് ദി ആർമി സ്റ്റാഫ്

(33) ഈ പേരുമാറ്റം പ്രാബല്യത്തിൽ വന്നത് ഏതു വർഷമായിരുന്നു?
1955 മുതൽ

(34) ഇന്ത്യയുടെ ആദ്യത്തെ ചീഫ് ഓഫ് ദി ആർമി സ്റ്റാഫ് ആരാണ് എന്നു പറയാമോ?
ജനറൽ എം രാജേന്ദ്ര സിങ്ജി

(35) ഇന്ത്യയുടെ പ്രഥമ ഫീൽഡ് മാർഷൽ?
എസ് എച്ച് എഫ് ജെ മനേക് ഷാ

(36) ആരാണ് ഈ പദവി ബന്ധപ്പെട്ടവർക്കു നല്കുന്നത്?
രാഷ്ട്രപതി

(37) സർവ്വീസിലിരിക്കെ മാർഷൽ പദവിയെടുക്കുന്ന പ്രഥമൻ ആരായിരുന്നു?

ജനറൽ സാം മനേക് ഷാ (S H F ജെ മനേക് ഷാ)

(38) നക്സലൈറ്റുകളെ അമർച്ച ചെയ്യാൻ കേന്ദ്രസർക്കാർ രൂപംനല്കിയിരിക്കുന്ന പ്രത്യേക സേനാവിഭാഗം ഏതാണ്?

കോബ്രാ ഫോഴ്സ്

(39) COBRA യുടെ പൂർണ്ണരൂപം പറയാമോ?

Combat Battalion for Resolute Action

(40) കോബ്രാ ഫോഴ്സിന്റെ ആസ്ഥാനം എവിടെയാണ്?

ന്യൂഡൽഹിയിൽ

(41) ഏത് അർദ്ധസൈനികവിഭാഗത്തിന്റെ കീഴിലാണ് കോബ്രാഫോഴ്സ് പ്രവർത്തിക്കുന്നത്?

സി ആർ പി എഫിന്റെ കീഴിൽ

(42) ആന്ധ്രാപ്രദേശ് നക്സലൈറ്റുകളെ അമർച്ച ചെയ്യാൻ രൂപീകരിച്ച പ്രത്യേക ഫോഴ്സ്?

ഗ്രേ ഹൗണ്ട്സ്

(43) കാട്ടുകള്ളൻ വീരപ്പനെ പിടികൂടാനായി പ്രത്യേക ദൗത്യസേന നടത്തിയ നീക്കത്തിന്റെ പേര്?

ഓപ്പറേഷൻ കൊക്കൂൺ

(44) ഇന്ത്യ വികസിപ്പിച്ചെടുത്ത ആധുനിക റഡാറിന്റെ പേര്?

രാജേന്ദ്ര

(45) ലോകത്തിലെ ഏറ്റവും ഉയരമുള്ള യുദ്ധഭൂമി ഏതാണ്?

സിയാച്ചിൻ മഞ്ഞുമല

(46) സിയാച്ചിൻ മഞ്ഞുമലയെ നിയന്ത്രണത്തിലാക്കാൻ ഇന്ത്യൻ സൈന്യം നടത്തിയ നീക്കത്തിന്റെ പേര്?

ഓപ്പറേഷൻ മേഘദൂത്

(47) ഏതു വർഷമായിരുന്നു ഓപ്പറേഷൻ മേഘദൂത് നടന്നത്?

1984 ഏപ്രിൽമാസം

(48) ഓപ്പറേഷൻ പരാക്രം എന്നായിരുന്നു?

2001 ഡിസംബർ 13 ന്

(49) ഇന്ത്യ തദ്ദേശീയമായി വികസിപ്പിച്ചെടുത്ത ടാങ്കിന്റെ പേര്?

ഭീഷ്മ

(50) ഇന്ത്യ റഷ്യയിൽനിന്നും വാങ്ങിയ 72 മോഡൽ ടാങ്കിന്റെ പേരെന്ത്?

അജെയ

(51) ഇന്ത്യൻ കരസേനയ്ക്ക് എത്ര കമാൻഡുകൾ ഉണ്ട്?
ഏഴ്

(52) ഇതിൽ ഏറ്റവും പഴക്കമുള്ള കമാൻഡ് ഏതാണ്?
സതേൺ കമാൻഡ്

(53) ഇന്ത്യയിൽ ധീരതയ്ക്കു നല്കുന്ന പരമോന്നത പുരസ്കാരം ഏതാണ്?
പരംവീർ ചക്ര

(54) ആർക്കാണ് പരംവീർ ചക്ര ആദ്യമായി ലഭിച്ചത്?
മേജർ സോംനാഥ ശർമ്മ

(55) മരണാനന്തര ബഹുമതിയായി എത്രപേർക്ക് ഈ ബഹുമതി നല്കിയിട്ടുണ്ട്?
14 പേർക്ക്

(56) കരസേനയുടെ പ്രഥമ ഏകീകൃത കമാൻഡ് നിലവിൽവന്ന വർഷം
2001

(57) ആദ്യത്തെ ഏകീകൃത കമാൻഡിന്റെ പേര്?
ആൻഡമാൻ നിക്കോബാർ കമാൻഡ്

(58) തദ്ദേശീയമായി നിർമ്മിച്ച ടാങ്കുവേധ മിസൈൽ?
നാഗ്

(59) കുഴിബോംബുകളിൽനിന്ന് സംരക്ഷണമുള്ള ഇന്ത്യൻ കവചിത വാഹനം?
കാസ്പിർ

(60) ഇന്ത്യയും ഫ്രാൻസും സംയുക്തമായി വിജയിപ്പിക്കാൻ പദ്ധതിയിട്ടിരിക്കുന്ന ഭൂതല വ്യോമ മിസൈൽ?
മൈത്രി

(61) അന്തർവാഹിനിയിൽനിന്നും വിക്ഷേപിക്കുന്ന ആണവായുധ വാഹകശേഷിയുള്ള ബാലിസ്റ്റിക് മിസൈൽ ഏതാണ്?
സാഗരിക

(62) എന്നാണ് കാർഗിൽ വിജയദിവസമായി ആചരിക്കുന്നത്?
ജൂലൈ 26

(63) ഇന്ത്യയിലെ ആദ്യത്തെ വനിതാ ലഫ്റ്റനന്റ് ജനറൽ?
ഡോ. പുനീത് അറോറ

(64) ഇന്ത്യയിലെ ഏതു സൈനികവിഭാഗത്തിലുള്ളവർക്കാണ് ഏറ്റവും കൂടുതൽ പരംവീർചക്ര കിട്ടിയിട്ടുള്ളത്?

കരസേനയിലുള്ളവർക്ക്

(65) കരസേനയിലെ ഏറ്റവും താഴേക്കിടയിലുള്ള ഓഫീസർ സ്ഥാനം ഏതാണ്?

ലഫ്റ്റനന്റ്

(66) ഇന്ത്യ തദ്ദേശീയമായി വികസിപ്പിച്ചെടുത്ത മെയിൻ ബാറ്റിൽ ടാങ്ക്

അർജ്ജുൻ

67) ഇന്ത്യൻ കരസേനയ്ക്കു വേണ്ടി ടാങ്കുകൾ നിർമ്മിക്കുന്നത് ഏതു സംസ്ഥാനത്താണ്?

തമിഴ്നാട്ടിൽ (ചെന്നൈയിലെ ആവടിയിൽ)

68) ഹൈ ആൾറ്റിറ്റ്യൂഡ് വാർഫെയർ സ്കൂൾ എവിടെ സ്ഥിതി ചെയ്യുന്നു?

ജമ്മു-കാശ്മീരിലെ ഗുൽമാർഗിൽ

69) നാഷണൽ ഡിഫെൻസ് കോളേജ് എവിടെയാണുള്ളത്?

ന്യൂഡൽഹിയിൽ

5

നമ്മുടെ വ്യോമസേന

ആകാശമാർഗ്ഗേണ ഇന്ത്യയെന്ന മഹാരാജ്യത്തെയും സംസ്കാരത്തെയും സംരക്ഷിച്ചുകൊണ്ടിരിക്കുന്ന ലോകത്തിലെ ഏറ്റവും വലിയ നാലാമത്തെ വ്യോമസേനയായ 'റോയൽ ഇന്ത്യൻ എയർഫോഴ്സ്' എന്ന പുതുനാമത്തിൽ ഇന്ത്യൻ വ്യോമസേന സ്ഥാപിതമായത് 1932 ഒക്ടോബർ 8 നായിരുന്നു. ഇന്ത്യൻ വ്യോമസേനയുടെ പിറന്നാൾ ദിനം. 1950 ലെ റിപ്പബ്ലിക് ദിനത്തിലായിരുന്നു 'ഇന്ത്യൻ എയർ ഫോഴ്സ്' എന്ന പേര് സ്വീകരിക്കുന്നത്. 1,20,000 ത്തോളമോ അതിലേറെയോ അംഗബലമുള്ള ഇന്ത്യൻ എയർ ഫോഴ്സിന്റെ കഥകൾ പറഞ്ഞാലും പറഞ്ഞാലും തീരില്ല.

കരസേനയിലെ സൈനികർ യുദ്ധമുഖത്ത്

ഒന്നിൽനിന്ന് വളർച്ച

ഒന്നിൽനിന്ന് തുടങ്ങി വ്യാപിക്കുക എന്ന പ്രയോഗം എയർഫോഴ് സിനെ സംബന്ധിച്ച് അർത്ഥ

വത്തായിരുന്നു. തുടക്കത്തിൽ വെറും 6 ഓഫീസർമാരും 9 ഭടന്മാരുമായി ആരംഭംകുറിച്ച സേനയുടെ വളർച്ച ഉത്തരോത്തരമായിരുന്നു. 1932 ൽ വിമാനങ്ങൾ മൂന്നായും ഒരു സ്ക്വാഡ്രൻ നിലവിൽ വരികയും ചെയ്തു.

യുദ്ധരംഗത്തേക്കുള്ള ചുവടുവെപ്പ് 1937 ൽ ഉത്തരപശ്ചിമാതിർത്തിയിലെയും 1939 ലെ ബർമ്മ മുന്നണിയിൽനിന്നുകൊണ്ടുള്ള പ്രക്ഷോഭത്തിനെതിരെയുമായിരുന്നു. അനുഭവങ്ങളിലൂടെ പാഠങ്ങൾ പഠിക്കാൻ രണ്ടാംലോകമഹായുദ്ധത്തിലെ പങ്കാളിത്തവും സഹായിച്ചു. ഈ യുദ്ധാവസാനം ഇന്ത്യൻ വ്യോമസേനയുടെ കപ്പാസിറ്റി, ഒൻപത് സ്ക്വാഡ്രനുകളും ഒരു ട്രാൻസ്പോർട്ട് സ്ക്വാഡ്രനുമായിരുന്നു. യുദ്ധത്തിലെ പങ്കാളിത്തം മാനിച്ച് സേനയ്ക്ക് റോയൽ എന്ന ബഹുമതി സമ്മാനിച്ചതോടെ റോയൽ ഇന്ത്യൻ എയർഫോഴ്സ് എന്ന നാമവുമുണ്ടായി. ബ്രിട്ടീഷുകാർക്കൊപ്പം രാജ്യസ്നേഹികളായ ഇന്ത്യക്കാരെയും റിക്രൂട്ട് ചെയ്തു തുടങ്ങിയതോടെ സേന ഉയർന്നുകൊണ്ടേയിരുന്നു. ഇൻസ്ട്രക്ടർമാർ, ടെക്നീഷ്യന്മാർ എന്നീ മേഖലകളിലും ഇന്ത്യക്കാർ എത്തിക്കൊണ്ടിരുന്നു.

ആദ്യകാല വിജയങ്ങൾ

സ്വാതന്ത്ര്യത്തിനു ശേഷം ആത്മവിശ്വാസവും നിശ്ചയദാർഢ്യവും മൂലം പല മുന്നേറ്റങ്ങളും അംഗബലവും ആയുധശക്തിയുമില്ലാതിരുന്നിട്ടുകൂടി സേനയ്ക്കു സാധിച്ചു. അതിർത്തിയിലെ നുഴഞ്ഞുകയറ്റങ്ങൾ, ഗോത്രക്കാരുടെ എതിർപ്പുകൾ, വിമർശനങ്ങൾ എല്ലാം തട്ടിത്തെറിപ്പിച്ച് സേന മുന്നേറി. എതിരാളികൾ വളഞ്ഞ 'പൂഞ്ച്' എന്ന പട്ടണത്തിൽനിന്ന് മുപ്പതിനായിരം അഭയാർത്ഥികളെ രക്ഷപ്പെടുത്തിയത് സേനയ്ക്കു പ്രാഥമിക മഹാവിജയങ്ങളിൽ ഒന്നായിരുന്നു. ഇന്ത്യ പൂർണ്ണ റിപ്പബ്ലിക് ആകുകയും എയർ മാർഷൽ ജെറാൾഡ് ഗീബ്സ് വിരമിച്ച് ഇന്ത്യക്കാരനായ എസ് മുഖർജി സേനാത്തലവനും ആയതോടെ പൂർണ്ണമായും ഇന്ത്യൻ സേന തന്നെയായി മാറി, ഇന്ത്യൻ എയർഫോഴ്സ്.

പോർച്ചുഗീസുകാർക്കെതിരെ വിജയം

ഇന്ത്യൻ വ്യോമസേനയുടെ കിരീടത്തിലെ പൊൻതൂവലുകൾ വർദ്ധിക്കാനുതകുന്ന പ്രവർത്തനങ്ങൾ പിന്നെയുമുണ്ടായി. 1961 ൽ, ഇന്നത്തെ കേന്ദ്രഭരണപ്രദേശങ്ങളായ ഗോവ, ദാമൻ, ദിയു എന്നിവ തങ്ങളുടെ കോളനികളായി നിലനിർത്താൻ പോർച്ചുഗീസുകാർ ശ്രമിച്ചതിനെ തടയിടാൻ കഴിഞ്ഞത് അവയിൽ ഒന്നുമാത്രം. വിദേശശക്തികളുടെ വാർത്താവിനിമയ സംവിധാനങ്ങൾ തകർക്കാനും ആകാശമാർഗ്ഗേണയുള്ള കരുത്ത് നിർവ്വീര്യമാക്കാനും ഇന്ത്യൻ വ്യോമസേനയ്ക്കു സാധിച്ചതിലൂടെ ഈ പ്രദേശങ്ങൾ ഇന്ത്യൻ യൂണിയനിൽ ചേർക്കപ്പെടുകയായിരുന്നു. 1954 മുതൽ 61 വരെയുള്ള കാലം സേനയുടെ വളർച്ചാകാലം തന്നെയായിരുന്നു. ആയുധശേഷിയും സംഘബലവും ഇക്കാലത്ത് വർദ്ധിച്ചു.

ആദ്യകാല തിരിച്ചടികൾ

ഇന്ത്യൻ വ്യോമസേനയ്ക്ക് അസന്തുഷ്ടിയുടെ നാളുകൾ സമ്മാനിച്ചത് ചൈനയുമായി 1962 ൽ നടന്ന സംഘർഷങ്ങളായിരുന്നു. യുദ്ധതന്ത്രങ്ങളിലെ പരിചയവും മികച്ച ആയുധങ്ങളും ചൈനയ്ക്ക് വിജയിക്കാനുള്ള വഴികളായിരുന്നു. ഇന്ത്യയുടെ വടക്കു കിഴക്കൻ മേഖലയിലായിരുന്നു കൂടുതൽ നാശനഷ്ടങ്ങൾ ഇന്ത്യക്കു നേരിടേണ്ടിവന്നത്. എന്നാലും സേനയുടെ ഹെലിക്കോപ്റ്റർ വിഭാഗം കാര്യക്ഷമമായി പ്രവർത്തിച്ചത് നഷ്ടങ്ങൾ ഏറക്കുറെ നികത്താൻ സാധിച്ചു. ഭടന്മാർക്ക് സഹായമെത്തിക്കാനും ശത്രുക്കളെക്കുറിച്ച് കാലാൾപ്പടയ്ക്കു വിവരം നല്കാനും കൂട്ടം തെറ്റിപ്പോയ സൈനികരെ വീണ്ടെടുക്കാനും പ്രഥമശുശ്രൂഷകൾ നടത്താനും ഇങ്ങനെ സാദ്ധ്യമായിരുന്നു.

വ്യോമ മേധാവിത്വം നിലനിർത്തുന്നു

അത്യാധുനിക യുദ്ധമുറകളിൽ പ്രത്യേക പരിശീലനം നേടാനും ശത്രുരാജ്യങ്ങളിലേക്കു കടന്നുചെന്ന് പ്രത്യാക്രമണങ്ങൾ നടത്താനും സേന ശക്തമാണ് എന്ന് തെളിയിക്കാനും പറ്റിയ പരീക്ഷണമായിരുന്നു 1965 ലെ ഇന്ത്യാ-പാകിസ്ഥാൻ യുദ്ധം. സെപ്തംബർ 1 നായിരുന്നു അതിർത്തിരേഖ മറികടന്ന് പാക്കിസ്ഥാന്റെ സേന ഇന്ത്യയിലേക്കു വന്നത്. മണിക്കൂറുകൾക്കകമുണ്ടായ തിരിച്ചടിയിൽ പാകിസ്ഥാന്റെ ശക്തി ക്ഷയിപ്പിക്കാൻ സൈന്യത്തിനു കഴിഞ്ഞു. അടുത്ത 20 ദിനങ്ങൾക്കകംതന്നെ പാകിസ്ഥാന് കനത്ത നഷ്ടങ്ങളും തിരിച്ചടിയും നല്കാൻ സൈന്യത്തിന് സാധിച്ചു. 75 ടാങ്കുകളും 73 യുദ്ധവിമാനങ്ങളും അങ്ങനെയാണ് പാക് സൈന്യത്തിനു നഷ്ടമായത്.

ഇരുശക്തികളും ഒന്നാം നിരയിൽ

ബംഗ്ലാദേശിന്റെ പിറവിയുമായി ബന്ധപ്പെട്ട് 1971 ൽ പാകിസ്ഥാനുമായുണ്ടായ യുദ്ധത്തിലും ഇന്ത്യൻ വ്യോമസേനയ്ക്കു വിജയം നേടാനായി. പടിഞ്ഞാറൻ അതിർത്തി മറികടന്നുവന്ന പാക്സേനയുമായി എതിരിട്ടതിലും സേന മുന്നിട്ടുനിന്നു. നിമിഷനേരം കൊണ്ട് ആക്രമണ - പ്രത്യാക്രമണങ്ങൾ ഒരുക്കുന്നതിനും കരസേനയ്ക്ക് ഫലപ്രദമായ സഹായം നല്കാനും പാക് സേനയുടെ പരിധി കുറയ്ക്കാനും വാർത്താവിനിമയം നിർവീര്യമാക്കാനും ഫലപ്രദമായ വ്യോമനിരീക്ഷണം നടത്താനും സൈന്യത്തിനു പ്രയാസമേയില്ലെന്ന് ഈ സംഘർഷത്തിനൊടുവിൽ നേടിയ വിജയം തെളിയിക്കുന്നു. ഇരു സൈന്യങ്ങളും തുല്യശക്തികളായിരുന്നിട്ടുകൂടി ധൈര്യവും സാമർത്ഥ്യവും നിലനിർത്താൻ സൈന്യത്തിനു കഴിഞ്ഞുവെന്നർത്ഥം.

മികവുകൾ മുന്നേറ്റങ്ങൾ

സേവനങ്ങളുടെ കഥകൾ പിന്നെയും വ്യോമസേനയ്ക്കു പറയാനുണ്ട്. 1987 ലെ ഇന്ത്യാ-ശ്രീലങ്കാ സമാധാനക്കരാറുമായി ബന്ധപ്പെട്ട ദൗത്യത്തിൽ നാവിക - കരസേനകൾക്കൊപ്പം വ്യോമസേനയും

വ്യോമസേനയുടെ വിമാനങ്ങൾ

നിറഞ്ഞുനിന്നിരുന്നു. 1993 ൽ ആഫ്രിക്കൻ രാജ്യമായ സൊമാലിയയിലും 2000 ത്തിൽ സിയറലിയോനിലും സമാധാന ശ്രമങ്ങൾക്ക് ചുക്കാൻ പിടിച്ചത് യു എൻ ഒയുടെ ആഹ്വാനപ്രകാരമായിരുന്നു. ഇന്നും സിയാച്ചിനിലേക്കു മരുന്നും മറ്റും എത്തിക്കുന്നതും വ്യോമസേനതന്നെയാണ്. അതിർത്തി തർക്കങ്ങളിലും ഇന്ത്യൻ വ്യോമസേന ഇടപെടുന്നു. മൂന്നു യുദ്ധങ്ങളിലെ സാന്നിദ്ധ്യം കൂടുതൽ പരിചയവും അനുഭവങ്ങളും ഇന്ത്യൻ എയർഫോഴ്സിനു അടികൊടുത്തിട്ടുണ്ട്. പ്രതിരോധത്തിലെന്നതുപോലെ ആക്രമണത്തിലും സേന മികച്ചു മുന്നേറുന്നു. ഇന്ത്യയിലെ വൈവിദ്ധ്യമാർന്ന അതിരുകളിലും വിഭിന്ന കാലാവസ്ഥകളിലും ദൈനംദിനം പ്രവർത്തനങ്ങൾ സന്ദർഭത്തിനനുസരിച്ച് നടത്തുന്നതിനാൽ ലോകത്തിലെ മികച്ച എയർഫോഴ്സായി മാറാനും സാധിച്ചിട്ടുണ്ട്.

കടമകൾ, ചുമതലകൾ...

ഇത്തരമൊരു സേനകൊണ്ട് എന്തൊക്കെ ഗുണങ്ങളാണ് രാജ്യത്തിനും സർക്കാരിനുമുള്ളത്? അതിർത്തി സംരക്ഷിക്കുക, ആക്രമണങ്ങൾക്കു പ്രത്യാക്രമണങ്ങൾ ചെയ്യുക എന്നിവ മാത്രമാണോ? കേൾക്കൂ, ഇന്ത്യൻ വ്യോമസേനയ്ക്ക് രാജ്യത്തോടുള്ള കടമകളും ചുമതലകളും.

രാജ്യത്തിന്റെ സുരക്ഷ തന്നെയാണ് വ്യോമസേനയുടെ പ്രധാന ചുമതലകളിൽ ഒന്ന്. ശത്രുരാജ്യങ്ങളുടെ വ്യോമാക്രമണങ്ങൾ തടയുക, രാജ്യത്തിന്റെ വ്യോമാതിർത്തി അന്യരാജ്യവിമാനങ്ങൾ ലംഘിക്കുന്നുണ്ടോ എന്ന നിരീക്ഷണം, നേവിക്കാവശ്യമായ സഹായങ്ങൾ ചെയ്യുക, അപകട സാദ്ധ്യതകൾ മുൻകൂട്ടി മനസ്സിലാക്കി വേണ്ടതു ചെയ്യുക, സൈന്യത്തി

നാവശ്യമുള്ള മറ്റു സഹായങ്ങൾ ചെയ്യുക, സമുദ്രത്തിനു മുകളിലൂടെയുള്ള നിരീക്ഷണപ്പറക്കലുകൾ നടത്തുക, സ്വാതന്ത്ര്യദിന - റിപ്പബ്ലിക് ദിന പരേഡുകളിൽ രാജ്യത്തിന്റെ യശസ്സ് പ്രകടമാക്കുംവിധം പരേഡുകൾ നടത്തുക തുടങ്ങിയവയും ഇക്കൂട്ടത്തിൽപ്പെടുന്നു. പ്രകൃതിക്ഷോഭങ്ങൾ, മറ്റു സമാധാനം ആവശ്യമായി വരുന്ന സാഹചര്യങ്ങൾ എന്നീ സന്ദർഭങ്ങളിൽ മരുന്നും ആഹാരവും വസ്ത്രങ്ങളും എത്തിക്കാനും വ്യോമസേനയുടെ സേവനം പ്രയോജനപ്പെടുത്താറുണ്ട്.

ചുമതല വഹിക്കുന്നവർ

ഇന്ത്യൻ വ്യോമസേനയുടെ ആസ്ഥാനം ന്യൂഡൽഹിയാണ്

ചീഫ് ഓഫ് ദി എയർ സ്റ്റാഫ് ആണ് സേനയുടെ മേധാവി. പ്രധാനപ്പെട്ട സ്റ്റാഫ് ഓഫീസർമാർ ഇവരാണ്.

(1) വൈസ് ചീഫ് ഓഫ് ദി എയർ സ്റ്റാഫ്

(2) ഡെപ്യൂട്ടി ചീഫ് ഓഫ് ദി എയർ സ്റ്റാഫ്

(3) എയർ ഓഫീസർ ഇൻ - ചാർജ്ജ് - ഓഫ് അഡ്മിനിസ്ട്രേഷൻ

(4) എയർ ഓഫീസർ ഇൻ - ചാർജ്ജ് - ഓഫ് മെയിന്റനൻസ്

(5) എയർ ഓഫീസർ ഇൻ - ചാർജ്ജ് - ഓഫ് പേഴ്സണൽ

(6) ഡയറക്ടർ ജനറൽ ഓഫ് ഇൻസ്പെക്ഷൻ ആന്റ് സേഫ്റ്റി.

കമാൻഡുകൾ ആസ്ഥാനങ്ങൾ

വ്യോമസേനയെ ഏഴ് കമാൻഡുകളായാണ് തിരിച്ചിട്ടുള്ളത്. അഞ്ചെണ്ണം ഓപ്പറേഷനുകളും ബാക്കി രണ്ടെണ്ണം ഫങ്ഷനുകളുമാണ്. ഇവയുടെ ഓരോന്നിന്റെയും ചുമതല എയർ മാർഷൽ റാങ്കിലുള്ള എയർ ഓഫീസർ കമാൻഡിങ് - ഇൻ - ചീഫിനാണ്.

ഓപ്പറേഷൻ കമാൻഡുകൾ	-	ആസ്ഥാനം
(1) വെസ്റ്റേൺ എയർ കമാൻഡ്	-	ന്യൂഡൽഹി
(2) സൗത്ത് വെസ്റ്റേൺ എയർ കമാൻഡ്	-	ഗുജറാത്തിലെ ഗാന്ധിനഗർ
(3) സെൻട്രൽ എയർ കമാൻഡ്	-	ഉത്തർപ്രദേശിലെ അലഹബാദ്
(4) ഈസ്റ്റേൺ എയർ കമാൻഡ്	-	മേഘാലയയിലെ ഷില്ലോങ്
(5) സതേൺ എയർ കമാൻഡ്	-	തിരുവനന്തപുരം

ഫങ്ഷണൽ കമാൻഡുകൾ - ആസ്ഥാനം

(1) ട്രെയിനിങ് കമാൻഡ് - കർണ്ണാടകയിലെ ബാംഗ്ലൂർ
(2) മെയിന്റനൻസ് കമാൻഡ് - മഹാരാഷ്ട്രയിലെ നാഗ്പൂർ

സൗത്ത് വെസ്റ്റേൺ എയർ കമാൻഡ് സ്ഥിതിചെയ്യുന്നത് ജോധ്പൂർ ആണ് എന്നും കാണുന്നുണ്ട്.

പദവികൾ, സ്ഥാനങ്ങൾ

വ്യോമസേനയിലുമുണ്ട് കമ്മീഷൻഡ് ഓഫീസർ പദവികൾ. അവ ഇങ്ങനെ മനസ്സിലാക്കാം.

(1) എയർ ചീഫ് മാർഷൽ
(2) എയർ മാർഷൽ
(3) എയർ വൈസ് മാർഷൽ
(4) എയർ കോമഡോർ
(5) ഗ്രൂപ്പ് ക്യാപ്റ്റൻ
(6) വിങ് കമാൻഡർ
(7) സ്ക്വാഡ്രൻ ലീഡർ
(8) ഫ്ളൈറ്റ് ലഫ്റ്റനന്റ്
(9) ഫ്ളയിങ് ഓഫീസർ
(10) മാസ്റ്റർ വാറണ്ട് ഓഫീസർ
(11) വാറണ്ട് ഓഫീസർ
(12) ജൂനിയർ വാറണ്ട് ഓഫീസർ
(13) കോർപ്പറൽ
(14) ലീഡിങ് എയർ ക്രാഫ്റ്റ്സ്മാൻ
(15) എയർ ക്രാഫ്റ്റ്സ്മാൻ

പരിശീലന കേന്ദ്രങ്ങൾ

പുതിയ അംഗങ്ങളെ പരിശീലിപ്പിക്കാനുള്ള കേന്ദ്രങ്ങളും എയർഫോഴ്സ് ഇന്ത്യയിലെ വിവിധ സ്ഥലങ്ങളിലായി നടത്തിവരുന്നുണ്ട്. അവയെക്കുറിച്ചു കേൾക്കൂ.

(1) എയർഫോഴ്സ് അക്കാദമി - ഹൈദരാബാദ്
(2) എയർഫോഴ്സ് ടെക്നിക്കൽ കോളേജ് - ബാംഗ്ലൂർ
(3) എയർഫോഴ്സ് അഡ്മിനിസ്ട്രേറ്റീവ് കോളേജ് - കോയമ്പത്തൂർ
(4) ഫ്ളയിങ് ഇൻസ്ട്രക്ടേഴ്സ് സ്കൂൾ - താംബരം (തമിഴ്നാട്)
(5) പാരാട്രൂപ്പേഴ്സ് ട്രെയിനിങ് കോളേജ് - ആഗ്ര (യു പി)

ഇന്ത്യൻ എയർഫോഴ്സ് രണ്ടു വിഭാഗങ്ങളായി തരംതിരിച്ചിട്ടുണ്ട്. 'ഫ്ളയിങ്' എന്നും 'ഗ്രൗണ്ട് ഡ്യൂട്ടി' എന്നും. ഓരോ വിഭാഗത്തിലും ബന്ധപ്പെട്ട നിരവധി ശാഖകളും ഉപശാഖകളുമുണ്ട്.

യുദ്ധവിമാനങ്ങൾ

എയർഫോഴ്സ് ഉപയോഗിക്കുന്ന യുദ്ധവിമാനങ്ങൾ സേനയുടെ ഗാംഭീര്യം വർദ്ധിപ്പിക്കുന്നു. അവ ഏതൊക്കെയെന്ന് അറിയൂ.

(1) വജ്റ - മിറാഷ് 2000 എന്ന ഗണത്തിലുൾപ്പെടുന്ന ഈ വിമാനം 1985 മുതലാണ് സേനയുടെ ഭാഗമാകുന്നത്.

6

വ്യോമസേന - ചോദ്യോത്തരങ്ങൾ

1. ഇന്ത്യൻ വ്യോമസേനയുടെ സ്ഥാപകദിനം എന്നാണ്?
   1932 ഒക്ടോബർ 8
2. സ്ഥാപിതമായ കാലത്ത് ഇന്ത്യൻ വ്യോമസേനയുടെ പേര് എങ്ങനെയായിരുന്നു?
   റോയൽ ഇന്ത്യൻ എയർഫോഴ്സ്
3. ഇന്ത്യൻ എയർഫോഴ്സ് എന്ന പേരു സ്വീകരിച്ചത് എന്നായിരുന്നു?
   1950 ജനുവരി 26 ന്
4. ഇന്ത്യൻ എയർഫോഴ്സിന് ലോകത്തിലുള്ള സ്ഥാനം എത്രയാണ്?
   നാലാംസ്ഥാനം
5. വ്യോമസേനയുടെ അംഗബലം ഏകദേശം എത്രയാണ്?
   ഒരുലക്ഷത്തി ഇരുപതിനായിരം
6. എത്ര കമാൻഡുകളാണ് വ്യോമസേനയ്ക്കുള്ളത്?
   ഏഴ്
7. എത്ര ഓപ്പറേഷൻ കമാൻഡുകളാണ് ഇന്ത്യൻ എയർഫോഴ്സിനുള്ളത്?
   അഞ്ച്
8. ഫങ്ഷണൽ കമാൻഡുകളുടെ എണ്ണം?
   രണ്ട്
9. സതേൺ എയർ കമാൻഡ് എവിടെയാണ് രൂപവല്ക്കരിച്ചിട്ടുള്ളത്?
   തിരുവനന്തപുരത്ത്
10. എയർഫോഴ്സ് രൂപവല്ക്കരണകാലത്ത് എത്ര വിമാനങ്ങളാണ് സ്വന്തമായുണ്ടായിരുന്നത്?
    നാലു വെസ്റ്റ്ലാൻഡ് വാപിറ്റി വിമാനങ്ങൾ

11. ഇന്ത്യ സ്വാതന്ത്ര്യം നേടുമ്പോൾ ആരായിരുന്നു വ്യോമസേനയുടെ തലവൻ?
മാർഷൽ എയർ സർ തോമസ് എംഹിസ്റ്റ് (Thomas Elmhitst)
12. ഇന്ത്യക്കാരനായ ആദ്യത്തെ എയർ മാർഷൽ?
എയർ മാർഷൽ എസ് മുഖർജി
13. ഇന്ത്യൻ എയർഫോഴ്സ് രൂപീകരിക്കുന്നതിനു മുൻപുതന്നെ ഒന്നാം ലോകയുദ്ധത്തിൽ പങ്കെടുത്ത വൈമാനികൻ?
ഇന്ദ്രലാൽ റോയ്
14. ഇദ്ദേഹം യുദ്ധത്തിൽ ഏതു രാജ്യത്തിന്റെ, ഏതു സൈന്യവ്യൂഹത്തിലാണ് ഉണ്ടായിരുന്നത്?
ബ്രിട്ടന്റെ 'റോയൽ ഫ്ളയിങ് കോറി'ൽ
15. വെസ്റ്റേൺ എയർ കമാൻഡ് എവിടെ സ്ഥിതിചെയ്യുന്നു?
ന്യൂഡൽഹിയിൽ
16. സെൻട്രൽ എയർ കമാൻഡ് എവിടെയാണ്?
അലഹബാദിൽ
17. ഈസ്റ്റേൺ എയർ കമാൻഡ് ഇന്ത്യയിൽ എവിടെയാണ്?
ഷില്ലോങ്ങിൽ
18. ജോധ്പൂരിലുള്ള എയർ കമാൻഡിന്റെ പേര്?
സൗത്ത് വെസ്റ്റേൺ
19. ഇന്ത്യ തദ്ദേശീയമായി വികസിപ്പിച്ചെടുത്ത അഡ്വാൻസ് ലൈറ്റ് ഹെലികോപ്റ്ററിന്റെ പേര്?
ധ്രുവ്
20. ധ്രുവ് ഏതു ഗ്രൂപ്പാണ് നിർമ്മിച്ചത്?
ഹിന്ദുസ്ഥാൻ എയ്റോനോട്ടിക്സ്
21. എയർഫോഴ്സിന്റെ ഭാഗമായ പ്രത്യേക കമാൻഡോ വിഭാഗം?
ഗരുഡ് കമാൻഡോ ഫോഴ്സ്
22. ഗരുഡ് എന്നാണ് രൂപവല്ക്കരിച്ചത്?
2003 ൽ
23. എവിടെയാണ് എയർഫോഴ്സ് മ്യൂസിയം സ്ഥിതിചെയ്യുന്നത്?
ന്യൂഡൽഹിയിലെ പാലം എയർഫോഴ്സ് സ്റ്റേഷനിൽ
24. ഇന്ത്യൻ എയർഫോഴ്സ് ലീഡറുടെ റാങ്ക്?
എയർ ചീഫ് മാർഷൽ?
25. ആരാണ് ഇന്ത്യൻ വ്യോമസേനയുടെ പിതാവ്?
എയർ മാർഷൽ സുബ്രതോ മുഖർജി
26. ഇന്ത്യക്കാരനല്ലാത്ത ഒടുവിലത്തെ എയർമാർഷൽ?
സർ ജെറാൾഡ് ഗിബ്സ്
27. ഇന്ത്യൻ എയർഫോഴ്സിന്റെ പതാകയുടെ പ്രധാന നിറം?
നീല
28. ഈ പതാകയിൽ ഇന്ത്യൻ ദേശീയ പതാകയുണ്ട്. അതിന്റെ സ്ഥാനം എവിടെയാണ്?

ഇടതുഭാഗത്ത് മുകളിലായി

29. യുദ്ധവിമാനത്തിൽ സഞ്ചരിച്ച പ്രഥമ ഇന്ത്യൻ രാഷ്ട്രപതി?
എ പി ജെ അബ്ദുൾ കലാം.

30. അദ്ദേഹം സഞ്ചരിച്ച യുദ്ധവിമാനത്തിന്റെ പേര്?
സുഖോയ് 30 എം കെ എ

31. സുഖോയ് അപ്പോൾ ആരാണ് നിയന്ത്രിച്ചിരുന്നത്?
വിങ് കമാൻഡർ അജയ് രാത്തോഡ്

32. ഇന്ത്യൻ എയർഫോഴ്സിൽനിന്നു പുറത്താക്കപ്പെട്ട പ്രഥമ വനിത?
അഞ്ജലി ഗുപ്ത

33. എയർഫോഴ്സിന്റെ ഭാഗമായ വ്യോമാഭ്യാസപ്രകടന വിമാനക്കൂട്ടത്തിന്റെ പേര്?
സൂര്യകിരൺ

34. സൂര്യകിരണിന്റെ ആസ്ഥാനനഗരം?
കർണ്ണാടകയിലെ ബിദർ എയർഫോഴ്സ് സ്റ്റേഷൻ

35. ഈ ഗ്രൂപ്പിൽ എത്ര വിമാനങ്ങളാണുള്ളത്?
ഒൻപതു വിമാനങ്ങൾ

36. ഇന്ത്യ നിർമ്മിച്ച പൈലറ്റില്ലാവിമാനത്തിന്റെ പേര്?
ലക്ഷ്യ

37. ഇന്ത്യ തദ്ദേശീയമായി നിർമ്മിച്ച സൂപ്പർസോണിക് ലൈറ്റ് വെയ്റ്റ് യുദ്ധവിമാനം ഏത്?
തേജസ്സ്

38. ഇന്ത്യ തദ്ദേശീയമായി വികസിപ്പിച്ചെടുത്ത യുദ്ധവിമാന എഞ്ചിൻ?
കാവേരി

39. 'ഹോക്ക്' എന്ന ആധുനിക പരിശീലനയുദ്ധവിമാനം ഇന്ത്യ വാങ്ങിയത് ഏതു രാജ്യത്തുനിന്നാണ്?
ബ്രിട്ടനിൽനിന്ന്

40. വഞ്ചകക്കൂട്ടായ്മയായ ഇസ്രയേലിൽനിന്ന് ഇന്ത്യ വാങ്ങിയ റഡാർ ഏതെന്നു പറയാമോ?
ഗ്രീൻ പൈൻ റഡാർ

41. ഇന്ത്യൻ വായുസേനയിൽ മിഗ്-29 എന്ന യുദ്ധവിമാനം ഏത് അപരനാമത്തിലാണ് അറിയപ്പെടുന്നത്?
ബാസ്

42. മിഗ് - 27 ഇന്ത്യൻ വ്യോമസേനയിൽ അറിയപ്പെടുന്നത് മറ്റൊരു പേരിലാണ്. ഏതാണാ പേര്?
ബഹാദൂർ

43. ഇന്ത്യൻ എയർ ഫോഴ്സിന്റെ പരിശീലനവിമാനം?
ദീപക്

44. പ്രശസ്തനായ ഒരാൾക്ക് ഇന്ത്യൻ വ്യോമസേന 'ഓണററി ഗ്രൂപ്പ്

ക്യാപ്റ്റൻ' എന്ന പദവി നല്കി. ആർക്ക്?
സച്ചിൻ ടെൻഡുൽക്കർക്ക്

45. ഈ പദവി ആർക്കാണ് ആദ്യം നല്കുന്നത്?
ജെ ആർ ഡി ടാറ്റയ്ക്ക്

46. എയർഫോഴ്സിലെ ഏറ്റവും താഴെയുള്ള കമ്മീഷൻഡ് ഓഫീസർ റാങ്ക് ഏതാണ്?
ഫ്ളയിങ് ഓഫീസർ

47. എന്താണ് ഇന്ത്യൻ എയർ ഫോഴ്സിന്റെ ആപ്തവാക്യം?
Touch the sky with glory (നഭസ്പർശം ദീപ്തം)

48. ഏതു വിമാനമാണ് 'ഷാംഷേർ' എന്ന പേരിൽ എയർഫോഴ്സിൽ അറിയപ്പെടുന്നത്?
ജാഗ്വർ വിമാനം

49. ഇന്ത്യൻ എയർഫോഴ്സിന്റെ കഥ പറഞ്ഞ മലയാള ചലച്ചിത്രം? സംവിധായകൻ?
സൈന്യം - ജോഷി

7

നമ്മുടെ അർദ്ധസൈനികവിഭാഗങ്ങൾ

ചൈനയ്ക്കുശേഷം ലോകത്തുതന്നെ ഏറ്റവും കൂടുതൽ അർദ്ധ സൈനിക വിഭാഗങ്ങളുള്ള രാജ്യമാണ് ഇന്ത്യ. രാജ്യത്തിന്റെ ആഭ്യന്തര സുരക്ഷ, അതിർത്തി സംരക്ഷണം തുടങ്ങിയ മേഖലകളിൽ പ്രധാന പങ്കുവഹിക്കുന്ന അർദ്ധസൈനിക വിഭാഗങ്ങളിൽ കൂടുതലും കേന്ദ്ര ആഭ്യന്തരവകുപ്പിന്റെ കീഴിലാണ്. ഇന്ത്യയിലെ ഏറ്റവും വലിയ അർദ്ധ സൈനിക വിഭാഗമാണ് സി ആർ പി എഫ് എന്ന ചുരുക്കപ്പേരിൽ അറിയപ്പെടുന്ന 'സെൻട്രൽ റിസർവ്വ് പൊലീസ് ഫോഴ്സ്'.

ഇന്ത്യയിലെ വിവിധ അർദ്ധസൈനികവിഭാഗങ്ങളെക്കുറിച്ച് ഇനി മനസ്സിലാക്കാം.

സി ആർ പി എഫ്

വീരപ്പൻയുഗത്തിന് അന്ത്യമിട്ട വേട്ട നടത്തിയ അർദ്ധസൈനിക വിഭാഗത്തിന്റെ ഇപ്പോഴത്തെ ഡയറക്ടർ ജനറൽ കെ വിജയകുമാർ ആണ്.

'ക്രൗൺ റെപ്രസന്റേറ്റീവ് പൊലീസ്' എന്ന പേരിൽ 1939 ജൂലൈയിലാണ് സി ആർ പി എഫ് രൂപംകൊണ്ടത്. 1949 ഡിസംബറിലാണ് ഇപ്പോഴുള്ള പേര് സ്വീകരിക്കുന്നത്. ആസ്ഥാനം ന്യൂഡൽഹിയാണ്. രണ്ട് വനിതാ ബറ്റാലിയൻ ഉൾപ്പെടെ 191 ബറ്റാലിയനുകൾ സി ആർ പി എഫിനുണ്ട്.

സി ആർ പി എഫിലെ കോൺസ്റ്റബിളായിരുന്ന കമലേഷ് കുമാരിയാണ് 'അശോക ചക്ര' ബഹുമതി ലഭിച്ച പ്രഥമവനിത. മരണാനന്തര ബഹുമതിയായാണ് ബഹുമതി ലഭിച്ചത്. 2001 ഡിസംബർ 13 ന് ഡൽഹിയിൽ പാർലമെന്റ് ആക്രമണത്തിനിടയ്ക്കായിരുന്നു കമലേഷ്കുമാരി മരി

ക്കുന്നത്. 'സെൻട്രൽ റിസർവ്വ് പൊലീസ് ഫോഴ്സ്' എന്നാണ് CRPFന്റെ പൂർണ്ണരൂപം. 'സേവനവും ആത്മാർത്ഥതയും' ഇതാണ് സി ആർ പി എഫിന്റെ മുദ്രാവാക്യം.

ആരാധനാലയങ്ങളുടെ ചുമതല

ഇന്ത്യയിലെ തർക്കപ്രദേശങ്ങളായ ചില ആരാധനാലയങ്ങളുടെ സംരക്ഷണച്ചുമതല സി ആർ പി എഫിനാണുള്ളത്. അവ ഏതെല്ലാമെന്ന് മനസ്സിലാക്കൂ... 'കൃഷ്ണ ജന്മഭൂമി – ഷാഹി ഈദ് ഗാഹ് മസ്ജിദ്' (മഥുര - യു പി), ബാബരി മസ്ജിദ് - രാമജന്മഭൂമി - (അയോദ്ധ്യ - യു പി), ഗ്യാൻ വാപി മസ്ജിദ് - കാശി വിശ്വനാഥക്ഷേത്രം - (വാരാണസി - യു പി), വൈഷ്ണോ ദേവി ക്ഷേത്രം (ജമ്മു-കാശ്മീർ).

വനിതാ ബറ്റാലിയനുകൾ

വനിതകളെ ഉൾപ്പെടുത്തിക്കൊണ്ട് ആദ്യമായി സൈന്യത്തെ രൂപീകരിച്ച അർദ്ധസൈനികവിഭാഗമാണ് സി ആർ പി എഫ് 88(M) എന്നാണിതിനു പേര്. 1986 ൽ രൂപവല്ക്കരിച്ച ഈ ബറ്റാലിയൻ പരിശീലനം പൂർത്തിയാക്കിയത് 1987 മാർച്ചിലായിരുന്നു. ശ്രീലങ്കയിലെ ഇന്ത്യയുടെ സമാധാനദൗത്യശ്രമത്തിലും മീററ്റിലെ കലാപപ്രദേശങ്ങൾ സംയോജിതമായി നേരിട്ട രീതിയിലും ബറ്റാലിയൻ പ്രശംസ പിടിച്ചുപറ്റിയിരുന്നു. ഇതിന്റെ ആസ്ഥാനവും ന്യൂഡൽഹി തന്നെയാണ്.

ഗുജറാത്തിലെ ഗാന്ധിനഗർ ആസ്ഥാനമായി ആരംഭിച്ച വനിത ബറ്റാലിയനാണ് 135 (M)

അസം റൈഫിൾസ്

'വടക്കുകിഴക്കിന്റെ കാവൽഭടന്മാർ' എന്നറിയപ്പെടുന്ന അസം റൈഫിളിന്റെ ആദ്യനാമധേയം കാച്ചാർ ലെവി (Cachar levy) എന്നായിരുന്നു. മേഘാലയയിലെ ഷില്ലോങ് ആസ്ഥാനമായ അർദ്ധസൈനിക വിഭാഗം കേന്ദ്ര ആഭ്യന്തര മന്ത്രാലയത്തിനു കീഴിലാണ് പ്രവർത്തിക്കുന്നത്. 1835 ലാണ് രൂപംകൊണ്ടത്.

സി ഐ എസ് എഫ്

'സെൻട്രൽ ഇൻഡസ്ട്രിയൽ സെക്യൂരിറ്റി ഫോഴ്സ്' എന്ന സി ഐ എസ് എഫ്, 1969 മാർച്ച് 10 ന് പാർലമെന്റിന്റെ ഒരു ആക്ടിലൂടെ രൂപംകൊണ്ടു. 1983 ജൂൺ 15 ന് പാർലമെന്റിന്റെതന്നെ മറ്റൊരു ആക്റ്റിലൂടെ ഇത് സായുധസേനയായും മാറുകയായിരുന്നു.

രാജ്യത്തെ പ്രധാന വ്യവസായശാലകളുടെയും ധനകാര്യ തന്ത്രപ്രധാന സ്ഥാപനങ്ങളുടെയുമെല്ലാം സുരക്ഷാചുമതല വഹിക്കുന്നത് ഈ അർദ്ധസൈനിക വിഭാഗമാണ്. ആറ്റമിക് പവർ സ്റ്റേഷനുകൾ, സ്റ്റീൽ പ്ലാന്റുകൾ, വിമാനത്താവളങ്ങൾ,

വൈദ്യുത നിലയങ്ങൾ തുടങ്ങിയവ ഉദാഹരണം. ലോകരംഗത്ത് ഇന്ത്യയുടെ എന്നത്തേയും അഭിമാനമായ ലോകാത്ഭുതം താജ്മഹൽ സംരക്ഷിച്ചുപോരുന്നതും സി ഐ എസ് എഫാണ്.

ഐ ടി ബി ടി

'ഇൻഡോ - ടിബറ്റൻ ബോർഡർ പൊലീസ്' എന്ന ഐ ടി ബി ടിയുടെ ആസ്ഥാനം ഉത്തരാഖണ്ഡിലെ മസൂറിയാണ്. 1962 ഒക്ടോബർ 24 ന് സ്ഥാപിതമായി. പർവ്വതപ്രദേശങ്ങളിലെ സൈനിക നീക്കങ്ങൾക്കും മറ്റു മുന്നേറ്റങ്ങൾക്കും പ്രത്യേക പരിശീലനം നേടിയ ഈ അർദ്ധസൈനിക വിഭാഗത്തിന്റെ ആപ്തവാക്യം 'ശൗര്യ - ദൃഷ്ടത - കർമ്മനിഷ്ഠത' എന്നാണ്. ലഡാക്കി ലെ കാരക്കോറം ചുരം മുതൽ അരുണാചൽ പ്രദേശിലെ 'ദിഫുലാ' വരെയുള്ള ഹിമാലയ പർവ്വതനിരകളിൽ 3488 കി. മീ. ദൈർഘ്യമുള്ള ഇന്ത്യാ - ചൈന അതിർത്തിയിലാണ് വിന്യസിക്കപ്പെട്ടിട്ടുള്ളത്.

റാപ്പിഡ് ആക്ഷൻ ഫോഴ്സ്

മമ്മൂട്ടി പ്രധാന കഥാപാത്രമായി അഭിനയിച്ച *പട്ടാളം* എന്ന ചലച്ചിത്രം പറഞ്ഞ കഥ റാപ്പിഡ് ആക്ഷൻ ഫോഴ്സിന്റേതായിരുന്നു. വർഗ്ഗീയ ലഹളകളും കലാപങ്ങളും അടിച്ചമർത്തി പ്രദേശത്ത് സമാധാനം പുനഃസ്ഥാപിക്കുക എന്ന ലക്ഷ്യത്തിനായി 1992 ഒക്ടോബർമാസം ആർ എ എഫ് രൂപംകൊണ്ടു. പത്ത് ബറ്റാലിയനുകൾ ഈ സേനയ്ക്കുണ്ട്. ആർ എ എഫിനും വനിതാ ബറ്റാലിയൻ ഉണ്ട്. 96 വനിതകളാണ് റാപ്പിഡ് ആക്ഷൻ ഫോഴ്സിന്റെ ഈ ബറ്റാലിയനിലുള്ളത്.

രാഷ്ട്രീയ റൈഫിൾസ്

ജനറൽ ബി സി ജോഷി മുൻകൈയെടുത്തു രൂപീകരിച്ച ഈ അർദ്ധസൈനിക വിഭാഗത്തിന്റെ മുഖ്യലക്ഷ്യം കശ്മീരിലെ ഭീകരപ്രവർത്തനങ്ങൾ അമർച്ചചെയ്യുക എന്നതത്രെ. 1990 ൽ ഇത് രൂപംകൊണ്ടു.

എസ് പി ജി

സ്പെഷ്യൽ പ്രൊട്ടക്ഷൻ ഗ്രൂപ്പ് എന്ന എസ് പി ജി, ഇന്ത്യൻ പ്രധാനമന്ത്രിയുടെയും കുടുംബത്തിന്റെയും സുരക്ഷാച്ചുമതലയുള്ള അർദ്ധ സർക്കാർ കൂട്ടായ്മയാണ്. ബീർബൽനാഥ് കമ്മിറ്റിയുടെ ശുപാർശ യുടെ അടിസ്ഥാനത്തിലാണ്, 1985 ൽ ഈ ഗ്രൂപ്പ് രൂപംകൊണ്ടത്. രാജ്യത്തെ പ്രമുഖ വ്യക്തികളുടെയും കുടുംബത്തിന്റെയും സംരക്ഷണ മാണ് പ്രധാന ലക്ഷ്യം.

എൻ എസ് ജി

കരിമ്പൂച്ചകൾ, ബ്ലാക് ക്യാറ്റ്സ് എന്നിങ്ങനെയാണ് എൻ എസ് ജി എന്ന നാഷണൽ സെക്യൂരിറ്റി ഗാർഡിന്റെ പേരുകൾ. കേന്ദ്ര ആഭ്യന്തര മന്ത്രാലയത്തിനു കീഴിലുള്ള ഈ സേന, ഇന്ത്യയിലെ പ്രധാന ഭീകര വിരുദ്ധ ഗ്രൂപ്പാണ്. ഇത് രൂപംകൊണ്ടത് 1984 ലാണ്. ഈ ഗ്രൂപ്പിലെ അംഗ ങ്ങൾ മറ്റു സേനാവിഭാഗങ്ങളിൽനിന്ന് ഡെപ്യൂട്ടേഷനിൽ എത്തുന്നവരാണ്. തീവ്രവാദ പ്രവർത്തനങ്ങൾ അടിച്ചമർത്തുക, വിശിഷ്ട വ്യക്തികൾക്ക് സുരക്ഷ നല്കുക, ഗൂഢാലോചനയും അട്ടിമറിയും തകർക്കുക, ബന്ദി കളെ മോചിപ്പിക്കുക തുടങ്ങിയവയാണ് ലക്ഷ്യങ്ങൾ.

ഹോം ഗാർഡുകൾ

ഇന്ത്യയിലെ വിവിധ സംസ്ഥാനങ്ങളിലെ പൊലീസിന് സഹായമെ ത്തിക്കുന്ന അനുബന്ധ സേനയാണ് ഹോം ഗാർഡ്സ്. ആഭ്യന്തര സുരക്ഷ, പ്രകൃതി ക്ഷോഭം എന്നിങ്ങനെയുള്ള അവസരങ്ങളിൽ ഇവ രുടെ സേവനം സംസ്ഥാന പൊലീസിനു ലഭ്യമാക്കും. 1946 ൽ രൂപം കൊണ്ടിട്ടുണ്ടെങ്കിലും 1962 ലാണ് ഹോം ഗാർഡുകളെ സാർവ്വത്രികമാ ക്കിയത്. ഇന്ത്യയിലെ 26 സംസ്ഥാനങ്ങളിലും കേന്ദ്രഭരണ പ്രദേശങ്ങ ളിലും സേവനമുണ്ട്. പക്ഷേ, കേരളത്തിലും അരുണാചൽ പ്രദേശിലും തെലങ്കാനയിലും ഇവരുടെ സേവനമില്ല.

കോസ്റ്റ് ഗാർഡ്

ന്യൂഡൽഹി ആസ്ഥാനമായ കോസ്റ്റ് ഗാർഡ്സ് അർദ്ധസൈനിക വിഭാഗങ്ങളിൽ പെടുന്നില്ല. നാവികസേനയോടും കസ്റ്റംസ് വകുപ്പിനോടും സഹകരിച്ചു മുന്നേറുന്ന ഈ സേന 1978 ആഗസ്ത് 19 നാണ് രൂപംകൊണ്ടത്.

ബി എസ് എഫ്

'ബോർഡർ സെക്യൂരിറ്റി ഫോഴ്സ്' എന്ന ബി എസ് എഫ് 1965 ഡിസംബർ ഒന്നിനാണ് രൂപീകരിക്കപ്പെട്ടത്. ഇന്ത്യയുടെ അന്താരാഷ്ട്ര

അതിർത്തികൾ സംരക്ഷിക്കുക എന്ന ദൗത്യമാണ് ബി എസ് എഫിന്റെ പ്രധാന ലക്ഷ്യം. പത്രമാധ്യമങ്ങളിൽ നിറഞ്ഞുനില്ക്കുന്ന നാമമാണ് ബി എസ് എഫ്. Duty unto Death (മരണം വരെ കർമ്മനിരതർ) എന്നാണ് ബി എസ് എഫിന്റെ ആപ്തവാക്യം. കെ എഫ് റുസ്തംജിയാണ് സ്ഥാപകൻ. 186 ബറ്റാലിയനുകളിലായി വനിതകൾ ഉൾപ്പെടെ 24000 ഭടന്മാരുള്ള ഈ സേന, 1965 ലെ ഇന്തോ - പാക് യുദ്ധവേളയിൽ അതിർത്തികളെക്കുറിച്ചുള്ള തികഞ്ഞ ബോദ്ധ്യത്തിൽനിന്നാണ് പിറവി യെടുക്കുന്നത്. 1971 ലെ യുദ്ധത്തിൽ ബി എസ് എഫ് അതിന്റെ ശക്തി തെളിയിച്ചു.

സശസ്ത്ര സീമാബൽ

നുഴഞ്ഞുകയറ്റം, കള്ളക്കടത്ത് തുടങ്ങിയവ തടയുക എന്ന ലക്ഷ്യ വുമായി 1963 ൽ രൂപംകൊടുത്ത അർദ്ധസൈനിക വിഭാഗമാണ് സശസ്ത്ര സീമാബൽ. വടക്കുകിഴക്കൻ അതിർത്തിയുടെ സംരക്ഷണവും ഈ പ്രദേ ശങ്ങളിലെ ആളുകൾക്കുള്ള പിന്തുണയും ലക്ഷ്യമിടുന്നുണ്ട്, കേന്ദ്ര ആഭ്യന്തരമന്ത്രാലയത്തിനു കീഴിലുള്ള സശസ്ത്ര സീമാബൽ.

എൻ ഐ എ

ദേശീയ അന്വേഷണ ഏജൻസി (നാഷണൽ ഇൻവെസ്റ്റിഗേഷൻ ഏജൻസി) 2009 ജനുവരി ഒന്നിനാണ് നിലവിൽ വന്നത്. 2008 നവംബർ 26 നുണ്ടായ മുംബൈ ഭീകരാക്രമണത്തിന്റെ പശ്ചാത്തലമായിരുന്നു ഏജൻസിയുടെ പിറവിയിലേക്കു നയിച്ചത്. രാജ്യത്തു നടക്കുന്ന വിധ്വംസക, ഭീകരവാദ, ഫാസിസ്റ്റു പ്രവണതകൾ സംസ്ഥാന സർക്കാ രുകളുടെ അനുമതിയില്ലാതെതന്നെ അന്വേഷിക്കാൻ ഈ സമിതിക്ക് അധി കാരമുണ്ട്. കള്ളനോട്ടിടപാട്, മയക്കുമരുന്ന്, കള്ളപ്പണം, കുഴൽപ്പണം, കള്ളക്കടത്ത് തുടങ്ങിയ കുറ്റകൃത്യങ്ങളും ഏജൻസിയുടെ പരിധിയിൽ വരും. ന്യൂഡൽഹി ആസ്ഥാനമായുള്ള ഏജൻസി കേന്ദ്ര പേഴ്സണൽ ആന്റ് ട്രെയിനിങ് വകുപ്പിനു കീഴിൽ പ്രവർത്തിക്കുന്നു. അമേരിക്കയുടെ എഫ് ബി ഐ പോലെ ഒരു ഫെഡറൽ അന്വേഷണ ഏജൻസിയാണ് ഇതെന്നു പറയാം. 1975 ബാച്ചിലെ ഐ പി എസ് ഓഫീസർ രാധാ വിനോദ് രാജുവാണ് എൻ ഐ എയുടെ മേധാവി. തടിയന്റവിട നസീർ കേസുമായി ബന്ധപ്പെട്ട് ഈ കൂട്ടായ്മ കേരളത്തിലുമെത്തിയിരുന്നു.

എൻ സി സി

നാഷണൽ കേഡറ്റ് കോർപ്സ് (എൻ സി സി) യുവാക്കളിൽ അച്ച ടക്കവും രാജ്യസ്നേഹവും വളർത്താൻ ലക്ഷ്യമിടുന്നു. യൂണിറ്റി ആന്റ് ഡിസിപ്ലിൻ (ഐക്യവും അച്ചടക്കവും) എന്നതാണ് എൻ സി സിയുടെ ആപ്തവാക്യം. 1917 ൽ ആരംഭിച്ച യൂണിവേഴ്സിറ്റി കോർപ്സ് ആണ്

എൻ സി സിയുടെ മുൻഗാമി. 1948 ജൂലൈ 15 നാണ് കൂട്ടായ്മ ഔദ്യോഗികമായി നിലവിൽ വന്നത്.

കോബ്രാ ഫോഴ്സ്

നക്സലൈറ്റ് തീവ്രവാദികളെ അമർച്ച ചെയ്യുന്നതിനായി കേന്ദ്ര സർക്കാർ രൂപംനല്കിയ പ്രത്യേക സേനാവിഭാഗമായ കോബ്രാഫോഴ്സ് അർദ്ധസൈനിക വിഭാഗമായ സി ആർ പി എഫിന്റെ കീഴിലാണ് പ്രവർത്തിക്കുന്നത്. (Combat Battalion for Resolute Action - COBRA) പതിനായിരം പേരടങ്ങുന്ന ഫോഴ്സിനെ നക്സൽ ഭീഷണി നിലനില്ക്കുന്ന രാജ്യത്തെ 70 ജില്ലകളിൽ വിന്യസിക്കുന്നു. ന്യൂഡൽഹിയാണ് ആസ്ഥാനം.

റിസർച്ച് ആന്റ് അനാലിസ് വിങ് (RAW)

ഇന്ത്യയുടെ വിദേശ രഹസ്യാന്വേഷണ ഏജൻസി. 1968 ലാണ് (സെപ്തംബർ 21) ഇത് നിലവിൽ വന്നത്. പ്രധാനമന്ത്രിയുടെ നേരിട്ടുള്ള നിയന്ത്രണത്തിൽ പ്രവർത്തിക്കുന്ന RAWയുടെ പ്രഥമ ഡയറക്ടർ ആർ എൻ കാവു (രാമേശ്വർ നാഥ് കാവു) ആയിരുന്നു. റോയുടെ തലവനായ മലയാളിയാണ് ഹോർമിസ് തരകൻ. വിദേശ ഗൂഢപ്രവർത്തനങ്ങൾ, ഭീകരവാദ വിരുദ്ധ പ്രവർത്തനങ്ങൾ എന്നിവ റോ ശേഖരിക്കുന്നു. വിദേശ ഭരണകൂടങ്ങളെയും വ്യക്തികളെയുംകുറിച്ചുള്ള വിവരങ്ങളും റോ ശേഖരിക്കാറുണ്ട്. ഇന്റലിജൻസ് ബ്യൂറോയുടെ ഒരു ഭാഗമെന്ന നിലയിലാണ് റോ രൂപംകൊണ്ടതുതന്നെ. റോ വരുന്നതിനു മുമ്പ് ഇന്റലിജൻസ് ബ്യൂറോ

തന്നെ ഈ വിഷയങ്ങൾ കൈകാര്യം ചെയ്തിരുന്നു. സഞ്ജീവ് ത്രിപാഠി യാണ് റോയുടെ ഇപ്പോഴത്തെ തലവൻ.

1999 ൽ അയൽരാജ്യമായ പാകിസ്ഥാൻ കാർഗിലിൽ പ്രവേശിച്ചത് റോയുടെ വീഴ്ചമൂലമായിരുന്നുവെന്ന ആരോപണം നിലവിലുണ്ട്. കൂടാതെ 2015 ലെ ശ്രീലങ്കാ പ്രസിഡന്റ് തിരഞ്ഞെടുപ്പിൽ അന്നത്തെ പ്രസിഡന്റ് മഹീന്ദ രജപക്സെയെ പരാജയപ്പെടുത്തിയതിലും റോവി നുള്ള പങ്കിനെക്കുറിച്ച് ആക്ഷേപമുണ്ട്.

8

പൊലീസ് : സമൂഹത്തിന്റെ രക്ഷാകവചം, നിയമത്തിന്റെ കാവലാൾ...

പൊതുസമാധാനവും സുരക്ഷിതത്വവും ഉറപ്പുവരുത്തുക, കുറ്റവാളികളെ അന്വേഷിച്ചു കണ്ടെത്തുക, കുറ്റങ്ങൾ ആവർത്തിക്കാതിരിക്കാൻ വേണ്ടതു ചെയ്യുക തുടങ്ങിയ സേവനങ്ങൾ സമൂഹത്തിനും ജനങ്ങൾക്കും രാജ്യത്തിനും ചെയ്യുന്ന സിവിൽ ഉദ്യോഗസ്ഥവകുപ്പാണ് പൊലീസ്. Politia എന്ന ലത്തീൻ പദത്തിൽ നിന്നത്രെ നഗരസംരക്ഷണത്തിനു ചുമതലപ്പെട്ടവൻ, ഭരണകൂടം, പൗരൻ എന്നിങ്ങനെയെല്ലാം അർത്ഥം കല്പിക്കുന്ന പൊലീസിന്റെ ഉത്ഭവം. ജർമ്മൻ ഭാഷയിലാകട്ടെ, Policeia എന്ന ഒരു 'നഗര ഭരണകൂടം' എന്നുമുണ്ട് അർത്ഥം. ആറാം തരത്തിലെ സാമൂഹ്യശാസ്ത്രം രണ്ടിൽ 'ഭരണനിർവ്വഹണം ജില്ലയിൽ' എന്ന പാഠത്തിൽ കേരള പൊലീസ്, ജില്ലാ പൊലീസ്, ധർമ്മങ്ങൾ, ചരിത്രഘടന, സേവനങ്ങൾ തുടങ്ങിയവയ്ക്കുള്ള അധിക വിവരങ്ങൾ ആവശ്യപ്പെടുന്നുണ്ടല്ലോ. ഇതാ, ശേഖരിച്ചോളൂ, വിശദാംശങ്ങളും വിവരങ്ങളും....

പഴയകാലത്തെ പൊലീസ്

പതിനേഴും പതിനെട്ടും നൂറ്റാണ്ടുകളിലാണ് പാശ്ചാത്യരാജ്യങ്ങളിൽ പൊലീസ് സേനകൾ രൂപപ്പെട്ടത്. ഫ്രാൻസ്, സ്പെയിൻ, റഷ്യ എന്നിവിടങ്ങളിൽ സുശക്തമായ ഇത്തരം സംഘങ്ങളുണ്ടായിരുന്നു. കുറ്റവാളികളെ പിടികൂടുന്നതിനേക്കാൾ കൂടുതൽ, സർക്കാരിനെതിരെ പ്രവർത്തിക്കുന്നവരെ പിടികൂടുന്നതിനായിരുന്നു ഇവർ നിയമിക്കപ്പെട്ടിരുന്നത്. നാസി ജർമ്മനിയിലെ ഹിറ്റ്ലറുടെ gestapo, ഷുറ്റ്സ് സ്റ്റാഫെൽ (Schutzstaffel), റഷ്യയിലെ സർ ചക്രവർത്തിമാരുടെ ഓഖ്റാനോ (Okhrana), മുസ്സോളിനി

യുടെ ഒവ്റ (Ovra), റഷ്യയിലെത്തന്നെ ഓഗ്പു (ogpu), സോവിയറ്റ് യൂണിയനിലെ കെ ജി ബി എന്നിവ ഉദാഹരണം. ഇവ മറ്റു രാജ്യങ്ങളിലെ സിവിൽ പൊലീസിൽനിന്ന് തികച്ചും വിഭിന്നമാണ്. ദൈനംദിന ഭരണാവശ്യങ്ങൾക്കും പൊതു സമാധാനപരിപാലനത്തിനുമുള്ള സാധാരണ പൊലീസ് സംഘടനകൾക്കു പുറമെ ഒരു തരം രാഷ്ട്രീയ പൊലീസ് സംവിധാനങ്ങളാണ് ഏകാധിപത്യ രാജ്യങ്ങളിൽ പ്രവർത്തിച്ചുവരുന്നത്.

ചുമതലകൾ, കടമകൾ...

ഓരോ രാജ്യങ്ങളിലും പൊലീസിന്റെ ചുമതലകളും പ്രവർത്തന രീതികളും ഭിന്നമാണെങ്കിലും പൊതുവെ ചില സാദൃശ്യങ്ങൾ കാണാം. അത്തരം ചില സാദൃശ്യങ്ങൾ ശ്രദ്ധിക്കൂ.

(1) സർവ്വീസ് യൂണിഫോം ധരിച്ച് പട്രോളിങ് നടത്തുന്നു.

(2) കുറ്റാന്വേഷണവും അനുബന്ധ പ്രവർത്തനങ്ങളും

(3) ഗതാഗതനിയന്ത്രണം (ട്രാഫിക്)

(4) മയക്കുമരുന്നുകളുടെയും മറ്റും നിയമവിരുദ്ധോപകരണം, വ്യഭിചാരം, ചൂതുകളി മുതലായ അസാന്മാർഗ്ഗിക പ്രവർത്തനങ്ങളുടെ നിയന്ത്രണം.

(5) ലഹരിവസ്തുക്കളുടെ നിയമവിരുദ്ധ വില്പനയും ഉപയോഗവും നിയന്ത്രിക്കൽ

(6) ബാലകുറ്റവാളികളെ നന്മയിലേക്കു നയിക്കലും കുറ്റങ്ങൾ നിരുത്സാഹപ്പെടുത്തലും.

തിരുവിതാംകൂർ പൊലീസ് സ്റ്റോറി

നമ്മുടെ കൊച്ചുകേരളത്തിന്റെ പൊലീസ് ചരിത്രം 1809 ൽ ആരംഭിക്കുന്നു. തിരുവിതാംകൂർ ദിവാനായ 'ഉമ്മിണിത്തമ്പി ദളവ'യാണ് കുറ്റനിവാരണ പ്രവർത്തനങ്ങൾക്കായി 'കാവൽ' എന്ന പേരിൽ ചിലരെ ആദ്യമായി നിയോഗിച്ചത്. ഇവർക്കു പക്ഷേ, ചിട്ടയായ പരിശീലനമോ അച്ചടക്കമോ ഒന്നുമില്ലായിരുന്നു. ദിവാൻ കേണൽ മൺറോയും തമ്പിയെ അനുഗമിച്ച് ചില പരീക്ഷണങ്ങൾ 'കാവലാൾ'ക്കു നല്കിയെങ്കിലും അതും വേണ്ടത്ര ഗുണകരമായില്ല. 1834 ൽ ആദ്യത്തെ നിയമനിർമ്മാണം ഉണ്ടായി. 1854–55 കാലത്ത് തിരുവിതാംകൂറിനെ വിവിധ റവന്യൂജില്ലകളായി വിഭജിക്കുകയും 'ദിവാൻ പേഷ്കാരന്മാർ' എന്നറിയപ്പെട്ട കാവല്പട ജില്ലയിലെ പൊലീസ് മേധാവികളായി. 1919–20 ൽ പൊലീസ് സേനയുടെ തലവനായി ഒരു കമ്മീഷണറും നിയമിക്കപ്പെട്ടു.

കൊച്ചി പൊലീസ് മേധാവി

കൊച്ചി രാജ്യത്ത് പൊലീസ് നിലയുറപ്പിക്കുന്നത്, ഓരോ താലൂ

തിരുവിതാംകൂർ പൊലീസ്

ക്കിലും ഓരോ 'ഠാണാ നായിക്കന്മാ'രുടെ കീഴിൽ ഏതാനും 'ഠാണാദാര ന്മാരെ' നിയമിച്ചുകൊണ്ട് 1812 ലായിരുന്നു. പുകയില കള്ളക്കടത്ത് തട യുകയായിരുന്നു ഇവരുടെ പ്രധാന ഡ്യൂട്ടി. 1835 ലെ നാലാം റെഗുലേ ഷൻ പ്രകാരം ഇവരെ പിരിച്ചുവിട്ട് ഓരോ തഹസീൽദാരുടെയും കീഴിൽ ഓരോ 'കൊത്തുവാളന്മാരെ'യും ഹെൽപ്പർമാരായി ഏതാനും ശിപായി മാരെയും ഏർപ്പാടാക്കി. ഒരു പ്രത്യേക പൊലീസ് വകുപ്പ് കൊച്ചിയിൽ തുടങ്ങുന്നത് 1884 ലാണ്. ഓരോ താലൂക്കിലും ഓരോ കോൺസ്റ്റബിൾമാർ, ഒന്നോ, രണ്ടോ ഹെഡ്കോൺസ്റ്റബിൾമാർ, ഇവർക്കുമീതെ ഓരോ ഇൻസ്പെക്ടർമാരും എന്നതായിരുന്നു ഘടന. 1907-1909 കാലം സബ് ഇൻസ്പെക്ടർമാരുടെ തസ്തികവന്നു. കൊച്ചി പൊലീസ് മേധാവിയുടെ ആസ്ഥാനം 1920 മുതൽ തൃശൂർ ആയിരുന്നു.

മലബാറിൽ പൊലീസിന്റെ വളർച്ച ബ്രിട്ടീഷ് ഇന്ത്യൻ പൊലീസിന്റെ രൂപവല്ക്കരണത്തിനൊപ്പമായിരുന്നു.

പൊലീസ് ഘടന

ഇന്നത്തെ പൊലീസ് മേധാവി (ഡയറക്ടർ ജനറൽ ഓഫ് പൊലീസ്)

യുടെ ആസ്ഥാനം തിരുവനന്തപുരമാണ്. വിവിധ ഭാഗങ്ങൾ ഓരോ ഇൻസ്പെക്ടർ ജനറലിന്റെ ചുമതലയിലാണ്. സംസ്ഥാനത്തെ ഓരോ ഡി ഐ ജിയുടെയും കീഴിൽ ദക്ഷിണ - ഉത്തര - മദ്ധ്യ മേഖലകൾ എന്ന് മൂന്നായി തിരിച്ചിട്ടുണ്ട്. അവർക്കു കീഴിലുള്ളവരെ മനസ്സിലാക്കൂ...

ജില്ലാ പൊലീസ് സൂപ്രണ്ട് (D S P)
ഡെപ്യൂട്ടി സൂപ്രണ്ട് (Dy S P)
അസിസ്റ്റന്റ് സൂപ്രണ്ട് (എ എസ് പി)
സർക്കിൾ ഇൻസ്പെക്ടർ (സി ഐ)
സബ് ഇൻസ്പെക്ടർ (എസ് ഐ)
അസിസ്റ്റന്റ് സബ് ഇൻസ്പെക്ടർ (എ എസ് ഐ)
ഹെഡ് കോൺസ്റ്റബിൾ, സാധാരണ കോൺസ്റ്റബിൾമാർ

പൊലീസ് ജില്ലകളും മറ്റും

ഭരണസൗകര്യത്തിനായി തിരുവനന്തപുരം നഗരത്തെ മാറ്റിനിർത്തി, തിരുവനന്തപുരം സിറ്റി പൊലീസ് ജില്ലയും എറണാകുളത്തെ എറണാകുളം കൊച്ചി, മട്ടാഞ്ചേരി, ഉദ്യോഗമണ്ഡൽ എന്നീ സ്ഥലങ്ങൾ വേർതിരിച്ച് എറണാകുളം പൊലീസ് ജില്ലയും കോഴിക്കോട് നഗരത്തെ വേർതിരിച്ച് കോഴിക്കോട് സിറ്റി പൊലീസ് ജില്ലയുമുണ്ട്. തിരുവനന്തപുരം, എറണാകുളം, കോഴിക്കോട് റവന്യൂ ജില്ലകളിൽ മേൽപ്പറഞ്ഞവ ഒഴിച്ച് ബാക്കി പ്രദേശങ്ങൾ തിരുവനന്തപുരം റൂറൽ പൊലീസ് ജില്ല, എറണാകുളം റൂറൽ പൊലീസ് ജില്ല, കോഴിക്കോട് റൂറൽ പൊലിസ് ജില്ല എന്നിങ്ങനെ അറിയപ്പെടുന്നു. പൊലീസ് ജില്ലകൾ ജില്ലാ പൊലീസ് സൂപ്രണ്ടിനു കീഴിലാണ് പ്രവർത്തിക്കുന്നത്. തിരുവനന്തപുരം, എറണാകുളം, കോഴിക്കോട് എന്നീ സിറ്റി ജില്ലകളിൽ ഇവർ അറിയപ്പെടുന്നത് 'പൊലീസ് കമ്മീഷണർ' എന്ന പേരിലാണ്.

റാങ്കുകൾ നിരവധി

പൊലീസിൽ പിന്നെയുമുണ്ട് തസ്തികമാറ്റങ്ങൾ. ഓരോ പൊലീസ് ജില്ലകളിലെയും ഡെപ്യൂട്ടി പൊലീസ് സൂപ്രണ്ടുമാരുടെ കീഴിൽ പ്രവർത്തിച്ചുവരുന്ന സബ്ഡിവിഷനുകളും ഇവയെ ഇൻസ്പെക്ടർ പദവിയിലുള്ള ഉദ്യോഗസ്ഥന്റെ കീഴിൽ പൊലീസ് സർക്കിളുകളായും വിഭജിച്ചിട്ടുണ്ട്. തിരുവനന്തപുരം, എറണാകുളം, കോഴിക്കോട് എന്നീ സിറ്റി പൊലീസ് ജില്ലകളിൽ നിയമസമാധാന പരിപാലനം, കുറ്റാന്വേഷണം, ട്രാഫിക് എന്നിവയ്ക്കുവേണ്ടി പ്രത്യേകം പ്രത്യേകം ഡെപ്യൂട്ടി പൊലീസ് സൂപ്രണ്ടുമാരാണുള്ളത്. സിറ്റി പൊലീസ് ജില്ലകളിൽ ഇവർ അറിയപ്പെടുന്നത് അസിസ്റ്റന്റ് കമ്മീഷണർമാർ എന്നപേരിലും ഇൻസ്പെക്ടർമാർ, ഡിവിഷണൽ ഇൻസ്പെക്ടർമാർ എന്നപേരിലുമാണ്.

സ്റ്റേഷൻ അതിർത്തിയും ഔട്ട്പോസ്റ്റുകളും

ഒരു സ്റ്റേഷൻ പരിധിക്കു ചില മാനദണ്ഡങ്ങളൊക്കെയുണ്ട്. കുറ്റകൃത്യങ്ങളുടെ എണ്ണം, യാത്രാസൗകര്യം, വാർത്താവിനിമയ സംവിധാനങ്ങൾ എന്നിവയുടെ കാരണങ്ങളനുസരിച്ച് ആവശ്യമുള്ളത്ര വില്ലേജുകൾ ചേരുന്ന പ്രദേശമാണ് ഒരു പൊലീസ് സ്റ്റേഷൻ അതിർത്തി. ഒരു സർക്കിളിൽ വരുന്നത് സാധാരണയായി മൂന്നു മുതൽ ഏഴുവരെ സ്റ്റേഷനുകളായിരിക്കും. ഒരു സ്റ്റേഷൻ എസ് ഐയുടെ കീഴിലായിരിക്കും. 'സ്റ്റേഷൻ ഹൗസ് ഓഫീസറാണ്' പൊലീസ് സ്റ്റേഷന്റെ ചുമതലകൾ വഹിക്കുന്നത്. കേസുകൾ രജിസ്റ്റർ ചെയ്യപ്പെടാത്ത സ്റ്റേഷനുകളാണ് പൊലീസ് ഔട്ട്പോസ്റ്റുകൾ. പൊലീസിന്റെ നിതാന്തശ്രദ്ധ ആവശ്യമായിവരുന്ന ചില പ്രദേശങ്ങളിലാണ് ഇത്തരം ഔട്ട് സ്റ്റേഷനുകൾ ആരംഭിക്കാറ്. ഇവ സ്റ്റേഷൻ ഹൗസ് ഓഫീസറുടെ നിയന്ത്രണത്തിലുമായിരിക്കും.

റെയിൽവേസ്, വിജിലൻസ്, നിയമസമാധാനം തുടങ്ങിയ വിവിധ വിഭാഗങ്ങൾക്ക് പ്രത്യേക ഇൻസ്പെക്ടർ ജനറൽമാരാണുണ്ടാവുക. സംസ്ഥാനത്തെ ഓരോ ജില്ലാതലസ്ഥാനങ്ങളിലും ജില്ലാ പൊലീസ് സൂപ്രണ്ടിനുകീഴിൽ ജില്ലാ പൊലീസ് ഓഫീസ് പ്രവർത്തിക്കുന്നുണ്ട്. ഈ ഓഫീസ് ഭരണകാര്യങ്ങൾക്കായി ജില്ലാ പൊലീസ് സൂപ്രണ്ടിനെ സഹായിക്കുന്നതാവട്ടെ ഡി വൈ എസ് പി (അഡ്മിനിസ്ട്രേഷൻ) ആണ്. ഈ ഓഫീസിനോടനുബന്ധിച്ചുതന്നെയാണ് ഡിസ്ട്രിക്ട് ക്രൈം ഇന്റലിജൻസ് ബ്യൂറോയും. ഇത് ഒരു സബ് ഇൻസ്പെക്ടറുടെ കീഴിൽ പ്രവർത്തിക്കുന്ന ഡിസ്ട്രിക്ട് സ്പെഷ്യൽ ബ്രാഞ്ച് ആണ്.

മൃദുപെരുമാറ്റം ദൃഢകർമ്മങ്ങൾ

കേരള സംസ്ഥാനത്തിന്റെ ക്രമസമാധാനപരിപാലന സേനയായി കേരള പൊലീസ്, സംസ്ഥാനതലത്തിൽ ഉദ്യോഗാർത്ഥികളെ തെരഞ്ഞെടുത്ത്, പരിശീലനം നല്കി സ്വദേശത്തോ കേരളത്തിന്റെ മറ്റേതെങ്കിലും ഭാഗത്തോ നിയമിച്ചുകൊണ്ടുള്ള സംവിധാനത്തിലാണ് നിലകൊള്ളുന്നത്. കേരള പൊലീസിന്റെ ഉദ്യോഗസ്ഥർ സംസ്ഥാനത്തിന്റെ ഏതു ഭാഗത്തും പ്രവർത്തിക്കാൻ ബാദ്ധ്യസ്ഥരാകുന്നതിനൊപ്പം ആവശ്യമെങ്കിൽ അന്യ സംസ്ഥാനങ്ങളിലും പ്രവർത്തിക്കേണ്ടതുണ്ട്. തിരുവനന്തപുരം ആസ്ഥാനമായ കേരള പൊലീസിന്റെ ആപ്തവാക്യം, 'മൃദുഭാവെ, ദൃഢകൃത്യെ' എന്ന സംസ്കൃത (വാക്യ)മാണ്. 'മൃദുവായ പെരുമാറ്റച്ചട്ടം, ദൃഢമായ കർമ്മങ്ങൾ' എന്ന് മലയാളത്തിൽ പ്രയോഗിക്കാം.

ക്രൈം ബ്രാഞ്ച്

ജനറൽ എക്സിക്യൂട്ടീവ് എന്നറിയപ്പെടുന്ന ഒരു വിഭാഗമാണ് കേരളത്തിലെ പൊലീസ് സ്റ്റേഷനുകളിൽ പ്രവർത്തിക്കുന്നത്. അന്തർജില്ലാ

തലത്തിൽ നടന്നതോ, പ്രമാദമായതോ ആയ കേസുകൾ അന്വേഷിക്കുന്ന വിഭാഗമാണ് ക്രൈം ബ്രാഞ്ച് (C B C I D). സംസ്ഥാനസർക്കാരിനും കോടതികൾക്കും ഇവരോട് ഒരു കേസ് ഏറ്റെടുക്കാൻ ആവശ്യപ്പെടാവുന്നതാണ്.

സ്പെഷ്യൽ ബ്രാഞ്ച്

സംസ്ഥാന പൊലീസിന്റെ രഹസ്യാന്വേഷണവിഭാഗമാണ് 'സ്പെഷ്യൽ ബ്രാഞ്ച്' എന്ന S B C I D. ലോക്കൽ പൊലീസ് സ്റ്റേഷനുകളിൽ സ്പെഷൽ ബ്രാഞ്ചിലെ ഉദ്യോഗസ്ഥൻ ഉണ്ടായിരിക്കും. രാജ്യത്തിന്റെയോ സംസ്ഥാനത്തിന്റെയോ നിലനില്പിനു ഭീഷണിയുണ്ടാക്കുന്ന കൂട്ടായ്മകൾ, വ്യക്തികൾ, സംഘങ്ങൾ തുടങ്ങിയവ നിരീക്ഷിക്കുന്നതും വിവരങ്ങൾ ശേഖരിച്ചുവയ്ക്കുന്നതും ഇവരായിരിക്കും. ഇവർക്ക് യൂണിഫോമും നിർബ്ബന്ധമില്ല. പാസ്പോർട്ട് സംബന്ധിയായ വിവരങ്ങൾക്കും അന്വേഷണങ്ങൾക്കും ഇവരുടെ സേവനം ഉപയോഗപ്പെടുത്തുന്നു. ലോക്കൽ പൊലീസിൽനിന്ന് സി ഐ ഡിയിലേക്കും തിരിച്ചുമുള്ള സ്ഥലംമാറ്റങ്ങൾ കേരളപൊലീസിൽ സർവ്വസാധാരണമാണ്.

നാർക്കോട്ടിക് സെൽ

സംസ്ഥാനത്തെ മിക്ക പൊലീസ് സ്റ്റേഷനുകളിലും പ്രവർത്തിക്കുന്ന നാർക്കോട്ടിക് സെൽ, അനധികൃതമദ്യം, മയക്കുമരുന്ന് വില്പനകൾ നിയന്ത്രിക്കുന്നു. പ്രത്യേക വിഭാഗമായ നാർക്കോട്ടിക് സെൽ ലഹരിവസ്തുക്കളുടെ വില്പനയും ഉപഭോഗവും അന്വേഷിച്ചുകണ്ടെത്തുകയും കേസെടുക്കുകയും മറ്റ് അന്വേഷണ ഏജൻസികൾക്കുവേണ്ട നിർദ്ദേശങ്ങൾ നല്കുകയും ചെയ്യുന്നുണ്ട്.

സായുധ പൊലീസ്

പൊലീസിലേക്കുള്ള പുതിയ റിക്രൂട്ടുകൾക്കുള്ള പരിശീലനം നല്കുന്ന ബറ്റാലിയനുകളാണ് സായുധ സേനാവിഭാഗങ്ങൾ എന്ന 'ആംഡ് പൊലീസ് ബറ്റാലിയനുകൾ' (KAPB). അത്യാവശ്യ ഘട്ടങ്ങളിൽ പൊലീസിനെ ക്രമസമാധാന പ്രശ്നങ്ങളിൽ സഹായിക്കുന്ന കെ എ പി ബി, വളരെയധികം പൊലീസുകാരുടെ സേവനം ആവശ്യമായി വരുന്ന മതപരമായ ഉത്സവങ്ങൾ, സമരങ്ങൾ, സമ്മേളനങ്ങൾ എന്നിവയിൽ മഹത്തായ സേവനങ്ങൾ നല്കിവരുന്നു. ഈ ഉദ്യോഗസ്ഥർക്കു പക്ഷേ, കേസുകൾ കൈകാര്യം ചെയ്യുന്നതിനുള്ള അവകാശമില്ല. ചില പ്രത്യേക അവസരങ്ങളിലല്ലാതെ പൊതുജനങ്ങളുമായി ഇടപഴകാറുമില്ല. കേരളത്തിലെ ചില കേന്ദ്രങ്ങളിലെ ക്യാമ്പുകളിലാണ് ഈ വിഭാഗം പ്രവർത്തിക്കുന്നത്. അവയെക്കുറിച്ച് പറയാം.

കെ എ പി 1 ആം ബറ്റാലിയൻ രാമവർമ്മപുരം - തൃശൂർ.
" 2 " " മുട്ടിക്കുളങ്ങര - പാലക്കാട്.
" 3 " " അടൂർ - പത്തനംതിട്ട.
" 4 " " മങ്ങാട്ടുപറമ്പ് - കണ്ണൂർ.
" 5 " " മണിയാർ - പത്തനംതിട്ട.

മലബാർ സ്പെഷ്യൽ പൊലീസ് (MSP) മലപ്പുറം
സ്പെഷ്യൽ ആംഡ് പൊലീസ് (SAP) തിരുവനന്തപുരം
സംസ്ഥാന ദ്രുതകർമ്മസേന (S R A F) കിഴക്കേ പാണ്ടിക്കാട്, മലപ്പുറം.

ട്രാഫിക് നിയന്ത്രിക്കുന്ന വിഭാഗം

പ്രധാനപ്പെട്ടതും തിരക്കേറിയതുമായ നഗരങ്ങളിലും പട്ടണങ്ങളിലും ഗതാഗതനിയന്ത്രണത്തിനു സജ്ജീകരിച്ചിട്ടുള്ള വിഭാഗമാണ് ട്രാഫിക് പൊലീസ്. ജനറൽ എക്സിക്യൂട്ടീവ് വിഭാഗത്തിൽപ്പെടുന്നവരെ തന്നെയാണ് ഈ ശ്രേണിയിൽ നിയമിക്കുന്നതെങ്കിലും യൂണിഫോം വ്യത്യസ്തമായിരിക്കും. കാക്കിഷർട്ടിനുപകരം വെള്ള ഷർട്ടായിരിക്കും വേഷം. ഗതാഗതനിയന്ത്രണത്തിനു പുറമെ മോട്ടോർവാഹനങ്ങളുടെ അപകട സ്ഥിരീകരണവും ഇവരുടെ കടമയാണ്.

റെയിൽവേ, ഹൈവേ പൊലീസുകൾ

പ്രധാന റെയിൽവേസ്റ്റേഷനുകളിൽ റെയിൽവേ ദ്രുതകർമ്മ സേനയെ സഹായിക്കുന്നതിനായി നിയമിക്കപ്പെട്ട വിഭാഗമാണിത്.

ജനറൽ എക്സിക്യൂട്ടീവ്സിൽനിന്ന് തെരഞ്ഞെടുക്കപ്പെട്ടവരെയാണ് ഹൈവേ പൊലീസ് സ്ക്വാഡുകളിൽ നിയമിക്കുന്നത്. ഹൈവേകളോടടുത്തുകിടക്കുന്ന പൊലീസ് സ്റ്റേഷനുകളിൽ പ്രവർത്തിക്കുന്ന പൊലീസുകാരെയാണ് ഹൈവേ പൊലീസ് വാഹനങ്ങളിലും നിയോഗിക്കുന്നത്.

പ്രധാന നഗരങ്ങളിലെ സംവിധാനം

ഇപ്പോൾ കേരളത്തിൽ 19 പൊലീസ് ജില്ലകളുണ്ട്. തിരുവനന്തപുരം, കൊച്ചി, കോഴിക്കോട്, തൃശൂർ, കൊല്ലം എന്നിവിടങ്ങളിൽ പൊലീസ് സിസ്റ്റത്തെ സിറ്റി പൊലീസ്, റൂറൽ പൊലീസ് എന്നിങ്ങനെ തരംതിരിച്ചിട്ടുണ്ട്. ഇതുപ്രകാരം ഒരു നഗരം ഒരു പൊലീസ് ജില്ലയ്ക്കു തുല്യമായിരിക്കും. കൊച്ചി, തിരുവനന്തപുരം സിറ്റി പൊലീസിന്റെ ചുമതല ഡി ഐ ജി റാങ്കിലുള്ള പൊലീസ് കമ്മീഷണറുടെ കീഴിലും കോഴിക്കോട്, തൃശൂർ, കൊല്ലം നഗരങ്ങളുടെ ചുമതല ഒരു പൊലീസ് സൂപ്രണ്ടിന്റെ കീഴിലുമായിരിക്കും. നഗരത്തിനു പുറത്തുള്ള സ്ഥലങ്ങളെ ഉൾപ്പെടുത്തി 'റൂറൽ പൊലീസ്' ഉണ്ട്. ഇത് മറ്റു ജില്ലകളിലേതുപോലെതന്നെ ഒരു സൂപ്രണ്ടിന്റെ കീഴിലുമായിരിക്കും.

നിയമനങ്ങളും മറ്റും

കേരള പൊലീസിലേക്കുള്ള നിയമനങ്ങളിലും ചില മാനദണ്ഡങ്ങൾ പാലിക്കാറുണ്ട്. സിവിൽ പൊലീസ് ഓഫീസർമാർ എന്ന സി പി ഒ മുതൽ ഡി ജി പി വരെയാണ് റാങ്കുകൾ ഉള്ളത്. ഇതിൽ കേരള പി എസ് സി മുഖേനയുള്ള നിയമനം സി പി ഒ മുതൽ സബ് ഇൻസ്പെക്ടർ ഓഫ് പൊലീസ് വരെയാണ്. യു പി എസ് സി മുഖേനയുള്ള നിയമനം, കേരള കേഡറിലേക്ക് ഐ പി എസുകാർക്ക് എ എസ് പി തസ്തികയിലേക്കാണ്.

2006 മുതൽ 16 വർഷം സർവ്വീസ് പൂർത്തിയാക്കിയ സിവിൽ പൊലീസ് ഓഫീസർമാർക്ക് 'ഗ്രേഡ് സീനിയർ സിവിൽ പൊലീസ് ഓഫീസർ' എന്ന റാങ്കും 23 വർഷം സേവിച്ചവർക്ക് - സീനിയർ സിവിൽ പൊലീസ് ഓഫീസർമാർക്ക് - ഗ്രേഡ് അസിസ്റ്റന്റ് സബ് - ഇൻസ്പെക്ടർ റാങ്കും നല്കുന്നു. കൂടാതെ 2010 മുതൽ, 28 വർഷത്തെ സർവ്വീസുള്ള അസിസ്റ്റന്റ് സബ് ഇൻസ്പെക്ടർമാർക്ക് ഗ്രേഡ് സബ്-ഇൻസ്പെക്ടറുടെ റാങ്കും നല്കാൻ തീരുമാനിച്ചിട്ടുണ്ട്. ഇവർ ഹോണററി ഗ്രേഡ് ലഭിക്കുമ്പോൾ ഉള്ള റാങ്കിന്റെ ചുമതലകളും ഉത്തരവാദിത്വങ്ങളുമായിരിക്കും തുടർന്നും വഹിക്കുന്നത്. ലോക്കൽ പൊലീസ് സംവിധാനത്തിലെ പ്രധാന ഘടകമാണ് 'ക്രൈം സ്ക്വാഡുകൾ'.

പ്രതിജ്ഞ

കേരള പൊലീസിന്റെ ദൗത്യപ്രഖ്യാപനം ഇങ്ങനെയാണ്:

> ഇന്ത്യൻ ഭരണഘടനയോട് കൂറുപുലർത്തി അങ്ങേയറ്റം അച്ചടക്കവും ആദർശധീരതയും ഉൾക്കരുത്താക്കി മനുഷ്യാവകാശങ്ങൾ മാനിച്ച് ജനങ്ങളുടെ ജീവനും സ്വത്തും അന്തസ്സും സംരക്ഷിച്ച്, ന്യായമായും നിഷ്പക്ഷമായും നിയമം നടപ്പിലാക്കി അക്ഷോഭ്യരായി അക്രമം അമർച്ച ചെയ്ത് വിമർശനങ്ങൾ ഉൾക്കൊണ്ട് ആത്മപരിശോധന നടത്തി ജനങ്ങളുടെ ഭാഗമായി ജനങ്ങൾക്കുവേണ്ടി ജനങ്ങളോടൊത്ത് പ്രവർത്തിച്ച് ക്രമസമാധാനം കാത്തുസൂക്ഷിക്കാൻ ഞങ്ങൾ എന്നും പ്രതിജ്ഞാബദ്ധരാണ്.

സ്ഥാനങ്ങൾ, റാങ്കുകൾ

* ഡയറക്ടർ ജനറൽ ഓഫ് പൊലീസ് (D G P). ഇദ്ദേഹമാണ് സംസ്ഥാന പൊലീസ് മേധാവി.
* അഡീഷണൽ ഡയറക്ടർ ജനറൽ ഓഫ് പൊലീസ് (A D G P).
* ഇൻസ്പെക്ടർ ജനറൽ ഓഫ് പൊലീസ് (I G P).
* ഡെപ്യൂട്ടി ഇൻസ്പെക്ടർ ജനറൽ ഓഫ് പൊലീസ് (D I G).

* സൂപ്രണ്ട് ഓഫ് പൊലീസ് (S P). ഇദ്ദേഹമാണ് ജില്ലയുടെ പൊലീസ് മേധാവി .
* അസിസ്റ്റന്റ് സൂപ്രണ്ട് ഓഫ് പൊലീസ് (A S P).
* ഡെപ്യൂട്ടി സൂപ്രണ്ട് ഓഫ് പൊലീസ് (D Y S P)
* സർക്കിൾ ഇൻസ്പെക്ടർ ഓഫ് പൊലീസ് (C I).
* സബ് ഇൻസ്പെക്ടർ ഓഫ് പൊലീസ് (S I).
* അസി സബ് ഇൻസ്പെക്ടർ (A S I).
* സീനിയർ സിവിൽ പൊലീസ് ഓഫീസർ (S c P. O.)
* സിവിൽ പൊലീസ് ഓഫീസർ (C P O).

9

റെഡ്ക്രോസ് - യുദ്ധഭൂമിയിലെ മനുഷ്യനന്മ

മനുഷ്യസ്നേഹത്തിലധിഷ്ഠിതമായ ആതുരസേവനം ലക്ഷ്യമാക്കി പ്രവർത്തിച്ചുകൊണ്ടിരിക്കുന്ന അന്താരാഷ്ട്ര സംഘടനയാണ് റെഡ്ക്രോസ്. സ്വിറ്റ്സർലണ്ടുകാരനായ ജീൻ ഹെൻറി ഡുനാന്റിന്റെ പരിശ്രമഫലമായി 1863 ൽ സ്ഥാപിതമായി. ഇദ്ദേഹത്തിന്റെ ജന്മദിനമാണ് റെഡ്ക്രോസ് ദിനമായി ആചരിക്കുന്നത്. ഇന്ന് ലോകമാകെ 150 - ലധികം രാജ്യങ്ങളിലായി ശാഖകളും 97 ദശലക്ഷക്കണക്കിന് വോളണ്ടിയർമാരും റെഡ്ക്രോസിനുണ്ട് എന്നാണ് കണക്ക്. 'ഇന്റർനാഷണൽ മൂവ്മെന്റ് ഓഫ് ദ റെഡ്ക്രോസ് ആന്റ് റെഡ് ക്രസന്റ്സ്' എന്നാണ് സംഘടനയുടെ ഔദ്യോഗികനാമം. 1986 ലാണ് ഈ പേര് സ്വീകരിക്കുന്നത്. ഇസ്ലാമിക രാജ്യങ്ങളിൽ 'റെഡ് ക്രസന്റ്' എന്നാണ് അറിയപ്പെടുന്നത്. ചുവന്ന കുരിശടയാളത്തിനുപകരം ഈ രാജ്യങ്ങളിൽ ചുവന്ന ചന്ദ്രക്കലയാണ് ഉപയോഗിക്കുന്നത് എന്നർത്ഥം. കേരളത്തിലെ 'പെയ്ൻ ആന്റ് പാലിയേറ്റീവ് സൊസൈറ്റി'ക്കു തുല്യമായ പ്രവർത്തനം. കഷ്ടപ്പെടുന്നവരെ സഹായിക്കുന്നതിനായി വിനിയോഗിക്കുന്ന ഈ 'യുദ്ധഭൂമിയിലെ കാരുണ്യ'ത്തെക്കുറിച്ച് കൂടുതൽ കാര്യങ്ങൾ അറിയാം.

യുദ്ധഭൂമിയിലെ കാരുണ്യം

പത്തൊമ്പതാം നൂറ്റാണ്ടിന്റെ പകുതിവരെ രണഭൂമിയിൽ പരിക്കേല്ക്കുന്ന ജവാന്മാരെ ശുശ്രൂഷിക്കാൻ ആർമി നഴ്സിങ് സംവിധാനങ്ങളോ ചികിത്സിച്ചുകിടത്താൻ ആശുപത്രികളോ, മറ്റു കെട്ടിടങ്ങളോ ഒന്നുമുണ്ടായിരുന്നില്ല. ജീൻ ഹെൻറി ഡുനാന്റ് എന്ന വ്യവസായ പ്രമുഖൻ നെപ്പോളിയൻ മൂന്നാമനെ കാണാനെത്തുമ്പോൾ, ഫ്രാൻസ് - ഇറ്റലി സഖ്യസേനയും ഓസ്ട്രിയൻ സൈന്യവും യുദ്ധം നടക്കുന്ന വേളയായി

രുന്നു. യുദ്ധഭൂമിയിൽ പരിക്കേറ്റ പട്ടാളക്കാരുടെ അതിദയനീയ സ്ഥിതി കണ്ട് അദ്ദേഹം വന്ന കാര്യം മറന്ന് യുദ്ധഭൂമിയിലേക്കിറങ്ങി. ആവശ്യത്തിന് ആഹാരമോ, ശുദ്ധജലമോ, മരുന്നുകളോ ഇല്ലാതെ പകർച്ചവ്യാധികൾ ശക്തമായിക്കൊണ്ടിരിക്കുന്ന അന്തരീക്ഷം. തൊട്ടടുത്ത ദേവാലയങ്ങൾ ആശുപത്രികളായി മാറുകയും വൈകാതെ മിലാനിലെയും മറ്റു നഗരങ്ങളിലെയും ആശുപത്രികളിലേക്കുമായി രോഗികളെ അദ്ദേഹം മുൻകൈയെടുത്തു മാറ്റി. അമ്പതിനായിരത്തിലേറെ ഭടന്മാർ 15 മണിക്കൂർ നേരത്തെ ഈ യുദ്ധത്തിൽ കൊല്ലപ്പെട്ടിരുന്നു. പതിനായിരത്തില്പരം ഭടന്മാർക്ക് പരിക്കേല്ക്കുകയും അംഗവൈകല്യം സംഭവിക്കുകയും ചെയ്ത അനുഭവം ഡുനാന്റിന് മാനസാന്തരമുണ്ടാക്കുകയുമായിരുന്നു. മണിക്കൂറുകൾ വിശ്രമമില്ലാതെ, പരിക്കേറ്റവരെ സഹായിച്ച അദ്ദേഹത്തിന്റെ വെളുത്ത സ്യൂട്ട് ചുവപ്പുനിറമായി മാറിയത്രെ. ചോരയിൽ കുതിർന്ന്! 'ശത്രുവും മനുഷ്യനാണ്' എന്നതാണ് ഡുനാന്റ് വിശ്വസിച്ച തത്ത്വം.

ജാതിമതഭേദമെന്യേ കൂട്ടായി പ്രവർത്തിക്കണം

ഇറ്റലിയിൽനിന്നും തിരിച്ചെത്തിയ ഡുനാന്റ് താൻ അനുഭവിച്ച ദുരിതക്കയത്തെക്കുറിച്ച് ആഴത്തിൽ ചിന്തിച്ചുകൊണ്ടിരുന്നു. പരിചയസമ്പന്നരായ വളണ്ടിയർമാരും നഴ്സുമാരും സഹായത്തിനുണ്ടായിരുന്നെങ്കിൽ സ്ഥിതിഗതികൾ വഷളാകുമായിരുന്നില്ല. ഡോക്ടർമാരെ തടവിലാക്കിയതും ഫീൽഡ് ഹോസ്പിറ്റലുകളുടെ കുറവും ദുരിതത്തിന് ആക്കംകൂട്ടുകയായിരുന്നുവെന്ന് ഡുനാന്റ് തിരിച്ചറിഞ്ഞു. ഈ ചിന്തകൾ സമാഹരിച്ച് ഒരു പുസ്തകം തയ്യാറാക്കി ബന്ധപ്പെട്ടവരെ അറിയിക്കാൻതന്നെ ഡുനാന്റ് തീരുമാനിച്ചു. അങ്ങനെ സോൾഫെറിനോ യുദ്ധമുഖത്തിന്റെ യാതനകളും ദയനീയ മുഖങ്ങളും പരിഹാരങ്ങളുമായി ഡുനാന്റ് രചിച്ച പുസ്തകമാണ് *സോൾഫെറിനോ സ്മരണകൾ*. 'എഴുതപ്പെട്ടിട്ടുള്ള യുദ്ധവിവരങ്ങളിൽ ഏറ്റവും ഹൃദയസ്പൃക്' എന്ന് അനുവാചകർ സാക്ഷ്യപ്പെടുത്തിയ ഈ ഗ്രന്ഥം 1862 ലാണ് പുറത്തിറങ്ങിയത്. യുദ്ധവേളകളിൽ ഇരകളെ മതം, ജാതി, നിറം, രാജ്യം തുടങ്ങിയ വേർതിരിവുകൾ അവഗണിച്ച് സഹായങ്ങൾ എത്തിക്കാൻ ലോകവ്യാപകമായി സന്നദ്ധസേവാസംഘങ്ങൾ ഉണ്ടാകണമെന്നും ഇതിനായി ഒരു ആഗോളകരാർ ഉണ്ടാക്കണമെന്നും ഗ്രന്ഥത്തിൽ ആഹ്വാനം ചെയ്തിരുന്നു. (*സോൾഫെറിനോ സുവനീർ* എന്നാണ് ഗ്രന്ഥത്തിന്റെ ശരിയായ പേര്).

ഗ്രന്ഥം വരുത്തിയ പരിണാമം

ഗ്രന്ഥത്തിന്റെ പ്രചരണത്തിന് നൂറുകണക്കിന് കോപ്പികൾ സൗജന്യമായി യൂറോപ്യൻ നഗരങ്ങളിൽ ഡുനാന്റ് വിതരണം ചെയ്തു. പ്രതീക്ഷിച്ചതുപോലെ ഗ്രന്ഥം പലരെയും ഇരുത്തി ചിന്തിപ്പിച്ചു. യുദ്ധത്തിന്റെ

ഭീകരത മാത്രമല്ല, മുറിവേറ്റവരെ പരിചരിക്കുക എന്ന ഭൂതദയയും അതിനുള്ള സൗകര്യങ്ങളുടെ അപര്യാപ്തതയും ലോകരാഷ്ട്രങ്ങൾ അങ്ങനെ തിരിച്ചറിഞ്ഞു. ഡുനാന്റിന്റെ നിർദ്ദേശങ്ങൾക്ക് നല്ല പിൻതുണയുണ്ടായി. യുദ്ധങ്ങൾ ലോകത്തിനും പരിസ്ഥിതിക്കും വരുത്തിവയ്ക്കുന്ന നാശനഷ്ടങ്ങൾ, യുദ്ധത്തിനുവേണ്ട ഭാരിച്ച ചെലവുകൾ, രാജ്യത്തിന്റെ പുരോഗതിക്കു നീക്കിവയ്ക്കേണ്ട മൂലധനം മനുഷ്യനെയും പ്രകൃതിയെയും മുച്ചൂടും നശിപ്പിക്കുകയെന്ന വിഡ്ഢിത്തവും ധാർഷ്ട്യവും വൻരാഷ്ട്രങ്ങൾ പുനർചിന്തയ്ക്കു വിധേയമാക്കാനും ഗ്രന്ഥം കാരണമായി. അങ്ങനെ 1864 ൽ ആഗസ്ത് 22 ന് സ്വിറ്റ്സർലണ്ടിൽ ചേർന്ന ജനീവ കോൺഫറൻസിൽ 15 രാഷ്ട്രങ്ങളുടെ പ്രതിനിധികൾ പങ്കെടുത്തു. ഇവിടെവച്ച് 'ഇന്റർനാഷണൽ റെഡ്ക്രോസ് സൊസൈറ്റി' പിറവികൊള്ളുകയായിരുന്നു.

യുദ്ധവേളകളിൽ

ആരംഭകാലത്ത് കൂട്ടായ്മയുടെ പേര് 'സൊസൈറ്റി ഫോർ ദി റിലീഫ് ഓഫ് വൂണ്ടഡ് കോം ബാട്ടന്റ്സ്' എന്നായിരുന്നു. 1867 ൽ നെതർലണ്ട്സ് ഔദ്യോഗികമായി അംഗീകരിച്ചപ്പോഴാണ് റെഡ്ക്രോസ് എന്ന പ്രയോഗം പ്രാബല്യമായത്. 'ഇന്റർ ആർമ കാരിത്താസ്' എന്ന ലത്തീൻശൈലിയാണ് സംഘത്തിന്റെ മുദ്രാവാക്യം - 'രണഭൂമിയിലെ കാരുണ്യം' എന്നർത്ഥം. റെഡ്ക്രോസിന്റെ ആദ്യത്തെ പ്രധാന സേവനമുണ്ടായത് 1870-71 ലെ ഫ്രാങ്കോ - പ്രഷ്യൻ യുദ്ധവേളയിലായിരുന്നു. റെഡ്ക്രോസ് വളണ്ടിയർമാർ യുദ്ധവേളയിൽ മുറിവേറ്റ അമ്പതുലക്ഷത്തോളം പട്ടാളക്കാർക്ക് പരിചരണം നല്കിയെന്നാണ് ചരിത്രം പറയുന്നത്.

ഒന്നാംലോകമഹായുദ്ധ വേളകളിൽ ലക്ഷക്കണക്കിന് വളണ്ടിയർമാർ ആപത്തുകളെ തൃണവൽഗണിച്ച് മുറിവേറ്റവർക്ക് സഹായം എത്തിച്ചിരുന്നു. രണ്ടാംലോകയുദ്ധരംഗത്താകട്ടെ, ലക്ഷക്കണക്കിന് ടൺ ദുരിതാശ്വാസവസ്തുക്കൾ സംഭരിച്ച് വിതരണം ചെയ്യുകയുണ്ടായി. തടവുകാരെക്കുറിച്ചുള്ള വിവരങ്ങൾ ശേഖരിക്കാൻതന്നെ ലക്ഷക്കണക്കിന് ഡോളറുകൾ ചെലവഴിച്ചുവത്രെ.

വഴിനീളെ നന്മകൾ

യുദ്ധത്തടവുകാർക്കു മാത്രമായി ഒരു കേന്ദ്ര ഏജൻസി റെഡ്ക്രോസ് സൊസൈറ്റി 1939 ൽ ആരംഭിക്കുകയുണ്ടായി. അങ്ങനെയായിരുന്നു, യുദ്ധവേളകളിൽ തടവുകാർ എവിടെ, എങ്ങോട്ടുപോയി എന്ന് തിരിച്ചറിയുന്ന ഒരു 'ഇൻഡക്സ് കാർഡ് രീതി' നിലവിൽ വന്നത്. യുദ്ധത്തടവുകാരെ കൈമാറുന്നതിനും ആവശ്യമായ ആശ്വാസങ്ങൾ എത്തിക്കുന്നതിനും ഈ രീതി ഏറെ സഹായകരമായിരുന്നു.

പട്ടാളക്കാർക്കു വേണ്ടിയുള്ള പ്രവർത്തനങ്ങളിൽപ്പെട്ടതായിരുന്നു

റെയിൽവേ സ്റ്റേഷനുകളിൽ ഭോജനശാലകളും മാനസികമായി തളർന്ന വർക്ക് ആശ്വാസം നല്കാൻ വിനോദകേന്ദ്രങ്ങളും പ്രവർത്തിപ്പിച്ചത്. ലോകത്ത് യുദ്ധങ്ങൾ അവസാനിച്ചിട്ടുപോലും ഈ കേന്ദ്രങ്ങൾ കുറേ ക്കാലം മുന്നേറിയിരുന്നുവത്രെ! ലോകമാകെ ഈ കൂട്ടായ്മയുടെ പ്രവർത്തങ്ങളെക്കുറിച്ച് അറിയുകയായി. അങ്ങനെയാണ് 1917 ലെ സമാ ധാനത്തിനുള്ള നോബൽ സമ്മാനം റെഡ്ക്രോസിന്റെ അന്തർദ്ദേശീയ സമിതിയെ തേടിയെത്തിയത്.

ലക്ഷ്യങ്ങൾ... തത്ത്വങ്ങൾ...

ഏഴു തത്ത്വങ്ങളാണ് റെഡ്ക്രോസിനുള്ളത്.

മനുഷ്യത്വം, മദ്ധ്യവർത്തിനയം, നിഷ്പക്ഷത, സന്നദ്ധസേവനം, ഏകത്വം, സ്വാതന്ത്ര്യം, സാർവ്വത്രികത ഇവയെക്കുറിച്ച് ഇങ്ങനെ വ്യാഖ്യാ നിക്കാം.

(1) മനുഷ്യത്വം - ജനങ്ങൾ തമ്മിലുള്ള സൗഹൃദവും സഹകരണവും സമാധാനവും റെഡ്ക്രോസിന്റെ തത്ത്വങ്ങളിൽപ്പെടുന്നു.
(2) മദ്ധ്യവർത്തിനയം - ഒരു സംഘടനയോടും വ്യക്തിയോടും വിധേയത്വ നയം സംഘം പിന്തുടരുന്നില്ല.
(3) നിഷ്പക്ഷത - ഒരു തരത്തിലുള്ള വിവേചനവും പാടില്ല. കൂടുതൽ സഹായം ആർക്കാണോ ആവശ്യം അവിടെ സഹായത്തിനെത്തുന്നു.
(4) സന്നദ്ധസേവനം - അത്യാവശ്യഘട്ടങ്ങളിൽ ഓരോ രാജ്യത്തുള്ള സംഘടനയും മറ്റു രാജ്യത്തുള്ളവരുമായി ചേർന്നു പ്രവർത്തിക്കുന്നു.
(5) ഏകത്വം - ഏതൊരു രാജ്യത്തായാലും സംഘടനയുടെ ഒരു കൂട്ടായ്മ മാത്രമേ ഉണ്ടാകൂ.
(6) സ്വാതന്ത്ര്യം - അതാതു രാജ്യത്തിന്റെ നിയമത്തിനു വിധേയമായി സംഘടന പ്രവർത്തിക്കുന്ന സ്വതന്ത്ര നിലപാടാണ് സംഘടനയ്ക്കു ണ്ടായിരിക്കുക.
(7) സാർവ്വത്രികത - ലോകമാകെ വ്യാപിച്ചുകിടക്കുന്ന സംഘടന, സകല ജനവിഭാഗത്തിനും തുല്യ അവകാശം വാഗ്ദാനം നല്കുന്നു.

ഇന്ത്യൻ റെഡ്ക്രോസ് സൊസൈറ്റി

റെഡ്ക്രോസ് സൊസൈറ്റിയുടെ ഇന്ത്യൻ ഘടകം പ്രവർത്തനം കുറിച്ചത് 1920 ലാണ്. ഇന്ന് ഇന്ത്യയിലെ എല്ലാ സംസ്ഥാനങ്ങളിലും സംഘടന പ്രവർത്തിക്കുന്നുണ്ട്. ഇന്ത്യൻ റെഡ് ക്രോസ് സൊസൈറ്റി യുടെ പ്രസിഡന്റ് ഇന്ത്യൻ രാഷ്ട്രപതിയും ചെയർമാൻ പ്രധാനമന്ത്രിയോ, ആരോഗ്യവകുപ്പുമന്ത്രിയോ ആയിരിക്കും. സംഘടനയുടെ ദേശീയതല ത്തിലുള്ള ഭരണച്ചുമതല, ഓരോ സംസ്ഥാനത്തുനിന്നും തിരഞ്ഞെടുക്ക പ്പെടുന്ന ഓരോ പ്രതിനിധി വീതമുള്ള ഇലക്ടറൽ കോളേജ്, 12 അംഗ ങ്ങളുള്ള ഒരു മാനേജിങ് ബോർഡിനെ നിയമിക്കുന്നുണ്ട്, ഇതായിരിക്കും.

1920 ൽ കേന്ദ്ര നിയമനിർമ്മാണസഭ പാസാക്കിയ XV/120 എന്ന പ്രത്യേക ആക്റ്റ് പ്രകാരമായിരുന്നു ഇന്ത്യയിൽ റെഡ് ക്രോസ് സൊസൈറ്റി പ്രവർത്തനം ആരംഭിച്ചത്.

രൂപീകരണത്തിന്റെ ഏഴു വർഷത്തിനുശേഷം 1927 ൽ പഞ്ചാബിലെ വെള്ളപ്പൊക്ക ദുരിതത്തിൽ സകലതും നഷ്ടപ്പെട്ടവർക്ക് സൊസൈറ്റി സഹായപ്രവർത്തനങ്ങൾ എത്തിക്കുകയുണ്ടായി. ഇതായിരുന്നു പ്രഥമ പ്രവർത്തനം.

1972 ഫെബ്രുവരി 22 ന് ഒരു ഇന്ത്യൻ റെഡ്ക്രോസ് സൊസൈറ്റി വാഗ അതിർത്തിയിലെത്തി, സമ്മാനങ്ങൾ കൈമാറുകയായിരുന്നു ലക്ഷ്യം. അതേ അതിർത്തിയിൽ വച്ചുതന്നെ പാകിസ്ഥാനി റെഡ്ക്രോസ് സൊസൈറ്റിയും, സ്വിസ് റെഡ്ക്രോസ് പ്രതിനിധികളുടെ സാന്നിദ്ധ്യ ത്തിൽ ഇരു രാജ്യങ്ങളിലുമുള്ള യുദ്ധത്തടവുകാർക്ക് സമ്മാനം കൈമാ റിയത് കൗതുകമുണ്ടാക്കിയ സംഭവമായിരുന്നു. ഒപ്പം സൊസൈറ്റിയുടെ നിഷ്പക്ഷതയ്ക്ക് ഒരു പൊൻതൂവൽ കൂടിയായി.

ഇന്ത്യൻ സൊസൈറ്റിയുടെ പ്രഥമനീക്കം

ഇന്ത്യൻ റെഡ്ക്രോസ് സൊസൈറ്റിക്ക് വെല്ലുവിളിയുണ്ടാക്കിയ സംഭവമായിരുന്നു 1971-72 കാലത്തുണ്ടായ അഭയാർത്ഥിപ്രവാഹം. ബംഗാ ളിൽനിന്നുള്ള പോഷകക്കുറവുള്ള കുട്ടികൾക്കും അമ്മമാർക്കുമായി സൊസൈറ്റി ആയിരത്തിൽപ്പരം പാൽവിതരണകേന്ദ്രങ്ങളും വൈദ്യ സഹായത്തിന് 57 കേന്ദ്രങ്ങളും ആരംഭിച്ചിരുന്നു. ആഹാരവും മരുന്നും കമ്പിളിയും നല്കാൻ ലോകമെമ്പാടുമുള്ള സൊസൈറ്റികൾ മുന്നോട്ടു വരികയുണ്ടായി.

യുദ്ധം, പ്രകൃതിദുരന്തങ്ങൾ തുടങ്ങിയ ഘട്ടങ്ങൾക്കു പുറമെ സംഘർഷമേഖലകളിൽ സമാധാനപ്രവർത്തനങ്ങൾ നടത്തുക എന്ന കാര്യത്തിലും സൊസൈറ്റിക്ക് ബാദ്ധ്യതകളുണ്ട്. ഇതിനായി ക്ലാസുകൾ നടത്തി വളണ്ടിയർമാരെ സേവനസന്നദ്ധരാക്കുന്നു. അംഗഛേദം വന്ന വർക്ക് കൃത്രിമാവയവങ്ങൾ നല്കുന്നതിലും സംഘടന ശ്രദ്ധിക്കുന്നു.

സ്തുത്യർഹമായ ലക്ഷ്യങ്ങൾ

ഐക്യരാഷ്ട്രസഭയേക്കാൾ കൂടുതൽ സന്നദ്ധപ്രവർത്തനങ്ങൾ അത്രതന്നെ ആരോപണങ്ങളില്ലാതെ നടത്തുന്നത് റെഡ്ക്രോസ് സൊസൈറ്റിയാണ് എന്നു പറയാം. സൊസൈറ്റിയുടെ മറ്റു ചില ലക്ഷ്യ ങ്ങൾ ഇവയൊക്കെയാണ്.

* രക്തപരിശോധനാക്യാമ്പുകൾ നടത്തുക. രക്തദാന സന്ദേശം നടത്തുക. രക്തദാനത്തിന്റെ മഹത്വം പ്രചരിപ്പിക്കുക.
* അശരണർക്കും രോഗികൾക്കും അപകടത്തിൽപ്പെട്ടവർക്കും ആംബു ലൻസ് എത്തിച്ചുകൊടുക്കുക.

* നേത്രപരിശോധനാക്യാമ്പുകൾ നടത്തുകയും നേത്രദാനം പ്രോത്സാഹിപ്പിക്കുകയും ചെയ്യുക.
* അംഗപരിമിതർക്ക് ക്രച്ചസും വീൽച്ചെയറും ഊന്നുവടികളും മറ്റും നല്കുക.
* വൃദ്ധജനങ്ങളെ പരിചരിക്കുന്നതിന് വളണ്ടിയർമാർക്ക് പരിശീലനം നല്കുക.
* രോഗികൾക്കും പാവപ്പെട്ടവർക്കും മരുന്നും വസ്ത്രവും മറ്റും നല്കുക.

കേരളത്തിൽ റെഡ്ക്രോസ്

കേരള സംസ്ഥാനം രൂപപ്പെടുന്നതിനുമുമ്പുതന്നെ റെഡ്ക്രോസ് സൊസൈറ്റി നമ്മുടെ നാട്ടിൽ വേരുപിടിച്ചിരുന്നു. 1953 ൽ തിരുകൊച്ചിയിലായിരുന്നു തുടക്കം. അന്നത്തെ ഗവർണ്ണർ ശ്രീ. ബി രാമകൃഷ്ണറാവു പ്രസിഡന്റായി, അന്നത്തെ മുഖ്യമന്ത്രി എ ജെ ജോൺ ചെയർമാനും ഡോ. സി ഒ കരുണാകരൻ ഓണററി ജനറൽ സെക്രട്ടറിയുമായി ഒരു കമ്മിറ്റിയുണ്ടായി. ഈ ശാഖയാണ് 1957 ൽ കേരള സംസ്ഥാന ശാഖയായി മാറിയത്.

ഗവർണ്ണർമാരാണ് സംസ്ഥാന റെഡ്ക്രോസ് സൊസൈറ്റികളുടെ പ്രസിഡന്റ്. മുഖ്യമന്ത്രിയോ ആരോഗ്യവകുപ്പുമന്ത്രിയോ ചെയർമാനായിരിക്കും. എക്സ്ഒഫീഷ്യോ വൈസ് ചെയർമാൻ ഹെൽത്ത് സർവ്വീസ് ഡയറക്ടർമാരും. സ്റ്റേറ്റ് റെഡ്ക്രോസിന്റെ ഭരണം നിർവ്വഹിക്കുന്നത് തിരഞ്ഞെടുക്കപ്പെടുന്ന ഒമ്പത് വൈസ് ചെയർമാൻമാരും ഓണററി സെക്രട്ടറി, ഓണററി ട്രഷറർ എന്നിവരടങ്ങുന്ന 41 അംഗ കമ്മിറ്റിയായിരിക്കും. ഇവർക്ക് പുറമെ ജില്ലകൾതോറും ഓണററി സെക്രട്ടറിമാരും ജില്ലകളിൽനിന്ന് തിരഞ്ഞെടുക്കപ്പെടുന്ന ഓരോ പ്രതിനിധിയും സംസ്ഥാനസമിതിയംഗങ്ങളാണ്.

31 പേരടങ്ങിയതാണ് ജില്ലാകമ്മിറ്റി.

എല്ലാ ജില്ലകളിലും കേരളത്തിൽ സൊസൈറ്റിക്ക് ശാഖകൾ പ്രവർത്തിക്കുന്നുണ്ട്. ജില്ലാ കലക്ടർ, ജില്ലാ മെഡിക്കൽ ആഫീസർ, യഥാക്രമം എക്സ് ഓഫീഷ്യോ പ്രസിഡന്റും വൈസ് പ്രസിഡന്റുമായിരിക്കും (കേരളഘടകം പക്ഷേ, അത്രതന്നെ സ്തുത്യർഹമായ പ്രവർത്തനങ്ങളോ, സേവനങ്ങളോ നടത്തിയതായി കാണുന്നില്ല).

അനുബന്ധ ഘടകങ്ങൾ

അന്താരാഷ്ട്ര റെഡ്ക്രോസ് സൊസൈറ്റിയുടെ മറ്റു ഘടകങ്ങൾ ഇവയാണ്.

(1) സ്വിറ്റ്സർലണ്ടുകാർ മാത്രമായ 25 അംഗങ്ങളുള്ള അന്തർദ്ദേശീയ സമിതി (inter national committee) ഇത് സ്വിറ്റ്സർലണ്ടുകാർ മാത്രമായിരിക്കണമെന്നു നിർബ്ബന്ധമത്രെ.

(2) അന്തർദ്ദേശീയ സമിതി (International conference). 1867 മുതൽ ഇത് നാലുവർഷത്തിലൊരിക്കൽ ചേരുന്നു. ഭാവിപ്രവർത്തനങ്ങൾ കൂടിയാലോചിക്കുക, ചെലവുകൾ ചർച്ചചെയ്യുക തുടങ്ങിയ ലക്ഷ്യങ്ങൾ ഈ സമ്മേളനത്തിൽ പലതുണ്ട്.

(3) റെഡ് ക്രോസ് സൊസൈറ്റി ലീഗ് - വിവിധ രാജ്യങ്ങളിലെ സൊസൈറ്റികളുടെ കൂട്ടായ്മയാണിത്.

(4) നാഷണൽ റെഡ്ക്രോസ് സൊസൈറ്റി - ഓരോ രാജ്യത്തും സ്ഥാപിച്ചിട്ടുള്ള സൊസൈറ്റികൾ.

(5) ഹോം നഴ്സിങ് - പേരു സൂചിപ്പിക്കുന്നതുപോലെ വീടുകളിൽ ചെന്നുള്ള പരിചരണം.

(6) ജൂനിയർ റെഡ് ക്രോസ് - ലോകമെങ്ങുമുള്ള കുട്ടികളുടെ റെഡ്ക്രോസ് കൂട്ടായ്മയാണിത്.

10

റെഡ്ക്രോസ് നാഴികക്കല്ലുകൾ

യുദ്ധഭൂമിയിലെ കാരുണ്യം എന്നർത്ഥമുള്ള 'ഇന്റർ ആർമ കാരിത്താസ്' എന്ന ലത്തീൻശൈലിയാണ് റെഡ്ക്രോസ് സൊസൈറ്റിയുടെ ആപ്തവാക്യം. ഇത്തരമൊരു ജീവകാരുണ്യ കൂട്ടായ്മ രൂപീകരിക്കാൻ മുൻകൈയെടുത്ത ജീൻ ഹെൻറി ഡുനാന്റ് എന്ന വ്യാപാരപ്രമുഖന്റെ ജന്മദിനമായ മെയ് 8 ആണ് ലോകമാകെ റെഡ്ക്രോസ് ദിനമായി ആചരിക്കുന്നത്. അറബ് രാജ്യങ്ങളിൽ ചുവന്ന ചന്ദ്രക്കലയോടെ റെഡ് ക്രസന്റ് എന്നും അറിയപ്പെടുന്ന റെഡ്ക്രോസിന്റെ പിന്നിട്ട നാഴികക്കല്ലുകൾ മനസ്സിലാക്കൂ.

* സ്ഥാപകനേതാവ് എന്നറിയപ്പെടുന്ന ഹെൻറി ഡുനാന്റിന്റെ ജന്മദിനമാണ് മെയ് 8, 1828.
* ഡുനാന്റിന് മാനസാന്തരമുണ്ടാക്കിയ സാൾഫെറിനോ യുദ്ധം നടന്നത് 1859 ജൂൺ 4 ന്.
* താൻ നേരിട്ടനുഭവിച്ച യുദ്ധരംഗവും മറ്റും വിവരിക്കുന്ന ഗ്രന്ഥം - *സോൾവരിനോ സുവനീർ* - 1862 ൽ പ്രസിദ്ധീകരിച്ചു.
* 12 രാജ്യങ്ങളിലെ പ്രതിനിധികൾ പങ്കെടുത്ത പ്രഥമ ഉടമ്പടി ജനീവയിൽ നടന്നു. 1863 ഒക്ടോബർ 22
* ICRC (ഇന്റർനാഷണൽ കമ്മിറ്റി ഓഫ് ദി റെഡ് ക്രോസ്) എന്ന പേര് സാർവ്വത്രികമായി 1875 ൽ ജനീവകമ്മിറ്റി സ്വീകരിച്ചു.
* ഇസ്ലാമികരാജ്യങ്ങളിൽ ചുവന്ന കുരിശടയാളത്തിനുപകരം ചുവന്ന ചന്ദ്രക്കല ഉപയോഗിച്ചുതുടങ്ങി, 1876. ഇതാണ് 'റെഡ് ക്രസന്റ്'.
* അമേരിക്ക ജനീവാകരാറിൽ ഒപ്പുവയ്ക്കുന്നു, 1882 ൽ.
* കപ്പൽതകർച്ചയിൽ പരിക്കേറ്റവർക്കും നാവികയുദ്ധങ്ങളിൽ പരിക്കുപറ്റിയവർക്കും സംരക്ഷണവും ചികിത്സയും നല്കുന്ന നിയമം കരാ

റിൽ ഉൾപ്പെടുത്തിയത് 1899 ൽ.

* സമാധാനത്തിനുള്ള പ്രഥമ നോബൽസമ്മാനം സ്ഥാപകനേതാവായ ഹെൻറി ഡുനാന്റിന് ലഭിച്ചത് 1901 ൽ.
* ജനീവ ഉടമ്പടി ഒന്നു പരിഷ്കരിക്കുന്നത്, 1906 ൽ.
* ഹെൻറി ഡുനാന്റിന്റെ അന്ത്യം 1910 ഒക്ടോബർ 30 ന്
* സമാധാനപ്രവർത്തനങ്ങൾക്കുള്ള നൊബേൽ പ്രൈസ് സംഘടനയ്ക്ക്, 1917 ൽ.
* ഇന്ന് ഇന്റർനാഷണൽ ഫെഡറേഷനായ, പഴയ ദ ലീഗ് ഓഫ് റെഡ് ക്രോസ് ആന്റ് റെഡ് ക്രസന്റ് നാഷണൽ സൊസൈറ്റീസ് രൂപീകൃതമായി, 1919 ൽ.
* മൂന്നാമത്തെ ജനീവ ഉടമ്പടി. 1929 ൽ (യുദ്ധത്തടവുകാർക്ക് സംരക്ഷണവും ശുശ്രൂഷയും ഉറപ്പുവരുത്തുന്ന നിയമം ഈ കരാറിൽ ഉൾപ്പെടുത്തി).
* സൊസൈറ്റിക്ക് രണ്ടാമതും സമാധാനത്തിനുള്ള നൊബേൽ പ്രൈസ് 1944 ൽ ലഭിച്ചു.
* പ്രഥമ 'ലോക റെഡ് ക്രോസ്/റെഡ് ക്രസന്റ്' ദിനാചരണം. 1948 മെയ് 8 ന്.
* വീണ്ടും നൊബേൽ പ്രൈസിന്റെ അംഗീകാരം, 1963 ൽ.
* ഇന്റർനാഷണൽ കമ്മിറ്റി ഓഫ് ദ റെഡ് ക്രോസും, ഇന്റർനാഷണൽ ഫെഡറേഷനുമാണ് അവാർഡ് പങ്കിട്ടത്.
* ഇന്റർനാഷണൽ റെഡ്ക്രോസിന്റെ പേര്, ഇന്റർനാഷണൽ റെഡ് ക്രോസ് ആന്റ് റെഡ് ക്രസന്റ് മൂവ്മെന്റ് എന്നാക്കിമാറ്റി.
* വെളുത്ത പശ്ചാത്തലത്തിൽ ചുവന്ന ക്രിസ്റ്റൽ കൊടിയടയാളമായി ഇസ്രയേലിലും സൊസൈറ്റി പ്രവർത്തനമാരംഭിച്ചു 2006 ൽ.

11

ഗോർഖയിൽനിന്ന് ഗൂർഖകൾ

'ഈ കത്തി ഉറയിൽനിന്നെടുത്താൽ പിന്നെ ചോരകാണാതെ ഉറയിലിടാറില്ല...' ഇങ്ങനെയൊരു ഡയലോഗ് ഏതെങ്കിലും ആക്ഷൻ സിനിമയിലോ, നോവലിലോ നമ്മൾ കേൾക്കാറുണ്ടല്ലോ. എന്നാൽ സ്വന്തം ജീവിതത്തിലും ഇത്തരം നിർബ്ബന്ധങ്ങൾ പാലിക്കുന്ന ഒരു വിഭാഗമുണ്ട് എന്നറിയാമോ? ഹിമാലയപ്രാന്തങ്ങളിലെ സൈനിക പാരമ്പര്യമുള്ള ജനവിഭാഗമായ ഗൂർഖകൾക്കാണ് ഇങ്ങനെയൊരു നിഷ്ഠയുള്ളത്. ബ്രിട്ടീഷുകാർ ഗൂർഖകളുടെ ധൈര്യത്തിൽ ആകൃഷ്ടരായി 'ഗൂർഖ റെജിമെന്റ്' എന്നൊരു വിഭാഗംതന്നെ രൂപീകരിച്ചിരുന്നു. ഒന്നും രണ്ടും ലോകമഹായുദ്ധങ്ങളിലും മറ്റും ഇവരുടെ സേവനങ്ങൾ ബ്രിട്ടീഷുകാർ മുതലെടുക്കുകയും ചെയ്തിരുന്നു. കുക്രി എന്നറിയപ്പെടുന്ന, വളഞ്ഞ ഒരു തരം കത്തിയാണ് ഇവരുടെ പ്രധാന ആയുധവും ഐഡന്റിറ്റിയും. ചരിത്രപുസ്തകങ്ങളിൽ വിവിധ ജനവിഭാഗങ്ങളെക്കുറിച്ചു പഠിക്കാനുണ്ടല്ലോ. കൂടുതലൊന്നും ചർച്ച ചെയ്യപ്പെട്ടിട്ടില്ലാത്ത ഗൂർഖകളെക്കുറിച്ച് ഇത്തവണ മനസ്സിലാക്കിക്കോളൂ...

ഗോർഖ — ഗൂർഖ

ഹിമാലയപ്രദേശങ്ങളിൽ ജീവിച്ചിരുന്ന ഉയരംകുറഞ്ഞ ഇക്കൂട്ടർ അഫ്ഗാൻ പോരാളികളെ പേടിച്ച് രജപുത്താനയിൽനിന്ന് രക്ഷപ്പെട്ട് ഹിമാലയത്തിനപ്പുറത്തേക്ക് ഓടിപ്പോയതായിരുന്നു, 1767-68 കാലത്ത്. അങ്ങനെയാണ് കുമയോൺ പ്രദേശത്തുള്ള കുന്നിൻപ്രദേശങ്ങളിൽ ഇവർ താമസമാക്കുന്നത്. വൈകാതെ കിഴക്കൻ പ്രദേശങ്ങളായ ലാജൂംഗ്, നയക്കോട്, ഗോർഖ എന്നിവിടങ്ങളിലേക്കും അവർ വ്യാപിച്ചു. കാഠ്മണ്ഡുവിൽനിന്ന് ഏകദേശം 80 കിലോമീറ്റർ വടക്കുപടിഞ്ഞാറായി സ്ഥിതി

ചെയ്യുന്ന ഗോർഖയിൽ ജീവിച്ചതുകൊണ്ടാണ് ഗൂർഖകൾ എന്ന് ഇവർ അറിയപ്പെടുന്നത്. നേപ്പാൾ ആക്രമിച്ചു കീഴടക്കിവാണിരുന്ന ഇവരും ബ്രിട്ടീഷുകാരും തമ്മിൽ 1814 ൽ സംഘട്ടനമുണ്ടായിരുന്നു. അതിൽ നേപ്പാൾ ഒഴികെയുള്ള ഹിമാലയപ്രദേശങ്ങൾ പലതും ഇംഗ്ലീഷുകാർ കൈവശപ്പെടുത്തിയിരുന്നു.

സ്വാതന്ത്ര്യസമരം അടിച്ചമർത്താനും ഗൂർഖകൾ!

അഫ്ഗാൻപോരാളികളിൽനിന്ന് പേടിച്ചോടിയവരാണെങ്കിലും ബ്രിട്ടീഷ് യുദ്ധത്തിലെ ഇവരുടെ ധൈര്യം വെള്ളക്കാരെ ആകർഷിക്കുകയും ഗൂർഖകളെ പലയിടങ്ങളിലും അവർ ഉപയോഗിക്കുകയും ചെയ്തിരുന്നു. ഒന്നാം ലോകമഹായുദ്ധകാലത്ത് ഗൂർഖാ റെജിമെന്റുകൾ രൂപീകരിച്ച് പത്ത് ഇടങ്ങളിൽ ഇവരെ വിന്യസിച്ചിരുന്നു. ഫ്രാൻസ്, ഫ്ളാൻഡേഴ്സ്, ഗാലിപ്പൊലി, മെസപ്പൊട്ടേമിയ, പേർഷ്യ, ബലൂചിസ്ഥാൻ, ഈജിപ്ത്, പലസ്തീൻ, വടക്കുപടിഞ്ഞാറൻ പ്രവിശ്യ എന്നിവിടങ്ങളിലെ യുദ്ധരംഗങ്ങളിലായിരുന്നു ഇത്. അഫ്ഗാൻയുദ്ധരംഗങ്ങളിലും ബർമ്മാ ആക്രമണവേളയിലും എന്തിനേറെ പറയണം 1857 ലെ ഒന്നാം ഇന്ത്യൻ സ്വാതന്ത്ര്യസമരവേളയിലും ബ്രിട്ടീഷുകാർ ഇവരെ ഉപയോഗിച്ചിരുന്നുവെന്നത് ചരിത്രസത്യം — എന്നുവച്ചാൽ ഗൂർഖകൾ ബ്രിട്ടീഷുകാരെ സഹായിച്ചിരുന്നുവെന്നർത്ഥം! 1921 ലെ മലബാർ കലാപം അടിച്ചമർത്താനും ബ്രിട്ടീഷുകാർക്കൊപ്പം ഇവരുണ്ടായിരുന്നു. 1900 ൽ ചൈനയിലേക്കും ഇവരെ കൊണ്ടുപോയിരുന്നു.

കണ്ണുതകർത്ത രണ്ടാമത്തെ യുദ്ധം

അഫ്ഗാൻ പോരാളിയും രാജാവുമായിരുന്ന ആദിൽഷാസൂറിന്റെ പ്രധാനമന്ത്രിയും സർവ്വസൈന്യാധിപനും യോദ്ധാവുമായ ഹെമുവും മുഗൾചക്രവർത്തിയും ബാബറിന്റെ പൗത്രനുമായ അക്ബറും തമ്മിലായിരുന്നു രണ്ടാം പാനിപ്പറ്റ്യുദ്ധം 1566 നവംബർ 5 ന് പാനിപ്പറ്റിൽ വെച്ച് നടന്നത്. അഫ്ഗാനികളായ സൂർവംഗവും മദ്ധ്യേഷ്യക്കാരായ മുഗളന്മാരും ഇന്ത്യയിൽ ആധിപത്യമുറപ്പിക്കാൻ ശക്തിതെളിയിച്ച യുദ്ധത്തിൽ പ്രാരംഭ വിജയം ഹെമുവിനുതന്നെയായിരുന്നു. കൂടുതൽ സൈനികശേഷിയും ധീരയോദ്ധാവുമായ ഹെമുവിനു മുന്നിൽ മുഗൾസൈന്യം തറപറ്റിയെന്നുറപ്പിച്ച സമയം, ഒരു അമ്പിനാൽ ഹെമുവിന്റെ കണ്ണ് പൊട്ടിപ്പോയി. അങ്ങനെ വിജയം മുഗളന്മാർക്കു തന്നെയായി. ബന്ധനസ്ഥനാക്കിയ ഹെമുവിനെ പിന്നീട് മുഗളന്മാർ വധിക്കുകയായിരുന്നു. അങ്ങനെ മുഗൾഭരണം ഇന്ത്യയിൽ നീണ്ടുനിന്നു.

പേഷ്വയുടെ ചെറുത്തുനില്പ്

ബ്രിട്ടീഷാധിപത്യം ഒന്നുകൂടി ശക്തമാക്കാൻ കാരണമായ യുദ്ധമായിരുന്നു പാനിപ്പറ്റിൽവെച്ചുനടന്ന മൂന്നാമത്തെ മത്സരം. 1761 ജനുവരി 14

നായിരുന്നു ഇത്. അഫ്ഗാനിലെ ചക്രവർത്തിയായ അഹമ്മദ്ഷാ അബ്ദാലി പലവട്ടമായുള്ള പോരാട്ടത്തിൽ പഞ്ചാബും മുൾത്താനും കീഴടക്കിയിരുന്നു. 1758 ൽ പേഷ്വയുടെ സഹോദരനായ രഘുനാഥറാവു അബ്ദാലിയുടെ ഇന്ത്യൻ ഗവർണ്ണറെ തുരത്തി പഞ്ചാബ് കൈവശപ്പെടുത്തി, പ്രദേശത്തിന്റെ ഭരണം ദത്താജി സിന്ധ്യയെ ഏല്പിച്ചു. ഇതറിഞ്ഞ് പ്രതികാരത്തിനായി അഹമ്മദ് ഷാ അബ്ദാലി വീണ്ടും സ്ഥലത്തെത്തി പഞ്ചാബ് തിരിച്ചുപിടിച്ച് ദില്ലിയിലേക്ക് തിരിച്ചു. പഞ്ചാബ് സിന്ധ്യയിൽനിന്നു തിരിച്ചുപിടിച്ച വിവരമറിഞ്ഞ പേഷ്വ തന്റെ മറ്റൊരനുജനായ സദാശിവറാവു ഭാവോവിന്റെ നേതൃത്വത്തിൽ വലിയൊരു സൈന്യത്തെ അബ്ദാലിയെ ചെറുക്കാൻ ഒപ്പം അയച്ചു. ഒപ്പം പേഷ്വയുടെ പുത്രനായ വിശ്വാസറാവുവുമുണ്ടായിരുന്നു.

സഹായം പതനത്തിൽ

ഒരു മഹായുദ്ധത്തിനു അബ്ദാലിയും സൈന്യവും ഒരുങ്ങിനിന്നു. അങ്ങനെ 1761 ജനുവരി 14 ന് പാനിപ്പറ്റിൽ വെച്ച് ഇരുസൈന്യവും ഏറ്റുമുട്ടി. പ്രാരംഭവിജയം മറാത്തികൾക്കായിരുന്നുവെങ്കിലും അപ്രതീക്ഷിതമായ ഒരു വെടിയേറ്റ് വിശ്വാസറാവു മരിച്ചുവീഴുകയും സദാശിവറാവു നേതൃത്വം ഏറ്റെടുക്കുകയും ഒടുവിൽ കൊല്ലപ്പെടുകയും ചെയ്തു. നാഥനില്ലാതെ, ആത്മവിശ്വാസം നഷ്ടപ്പെട്ട മറാത്തി സൈന്യം അബ്ദാലിക്കു മുന്നിൽ ദയനീയമായ പരാജയം ഏറ്റുവാങ്ങി. ഈ യുദ്ധത്തിൽ മുഗൾ ചക്രവർത്തിയായിരുന്ന ഷാ ആലം രണ്ടാമന്റെ സഹായമുണ്ടായിട്ടുകൂടി പരാജയം ഏറ്റുവാങ്ങുകയായിരുന്നു മറാത്തർ. മുഗൾ സാമ്രാജ്യത്തിന് തകരാൻ ഒരു കാരണം കൂടിയായിരുന്നു അവർ മറാത്താ സൈന്യത്തെ സഹായിച്ചത് എന്ന് ചരിത്രകാരന്മാർ കണ്ടെത്തുന്നു.

പരാജയ കാരണങ്ങൾ

സൈന്യത്തിന്റെ അകമ്പടിയുണ്ടായിട്ടും എന്തുകൊണ്ടായിരുന്നു മറാത്ത സൈന്യം പാനിപ്പറ്റ് യുദ്ധത്തിൽ കനത്ത പരാജയം ഏറ്റുവാങ്ങേണ്ടിവന്നതെന്ന് ചരിത്രകാരന്മാർ അക്കമിട്ടു നിരത്തുന്നുണ്ട്.

തക്കസമയത്ത് കേറിയാക്രമിക്കാതെ രണ്ടുമാസംവരെ കാത്തിരുന്നതായിരുന്നുവത്രെ പ്രഥമകാരണം. വൻ സൈന്യമുണ്ടായിരുന്നിട്ടുകൂടി അവർക്കുള്ള ആഹാരം പോലും മറാത്തർ കരുതിയിരുന്നില്ലെന്നും കുതിരകൾ ആഹാരം കിട്ടാതെ തളർന്നുവീണതും ചത്തുപോയതുമായിരുന്നു മറ്റൊരു കാരണമായി എണ്ണപ്പെടുന്നത്. വ്യക്തമായൊരു ആസൂത്രണമികവിന്റെ കുറവും കാരണമായി. മറാത്ത സൈന്യത്തിൽ മികച്ച നേതാക്കന്മാരും യോദ്ധാക്കളും പ്രമുഖന്മാരും ഉണ്ടായിരുന്നിട്ടുകൂടി സൈന്യത്തെ എങ്ങനെയൊക്കെ നയിക്കണമെന്നറിയാതെ, യുദ്ധതന്ത്രങ്ങളിലെ അഗ്രഗണ്യരായിരുന്ന അഫ്ഗാനികൾക്കു മുന്നിൽ കൊല്ലപ്പെടാനായിരുന്നു യോഗമെന്നും ചരിത്രം സാക്ഷ്യപ്പെടുത്തുന്നു.

പരാജയത്തിന്റെ ഫലങ്ങൾ

ഏതൊരു യുദ്ധത്തിലുമെന്നപോലെ ദൂരവ്യാപകഫലങ്ങൾ മൂന്നാം പാനിപ്പറ്റ് യുദ്ധത്തിലുമുണ്ടായി. കഴിവുറ്റ സൈന്യാധിപന്മാരും യുദ്ധ നിപുണരും പ്രമുഖരായ വ്യക്തികളും കൊല്ലപ്പെട്ടത് സൈന്യത്തിന്റെ തകർച്ച തന്നെയായിരുന്നു. അങ്ങനെയാണ് മറാത്ത മുന്നണിയുടെ പ്രതാപവും സ്വാധീനവും ഗണ്യമായി കുറഞ്ഞത്. പരാജയം നല്കിയ നിരാശയും വേദനയും രോഗിയാക്കിയ ബാലാജിയെ അതിവേഗം മരണം കീഴടക്കി. അങ്ങനെയായിരുന്നു മറാത്തർ ദക്ഷിണേന്ത്യയിലേക്കു പിൻവാങ്ങി പ്രവർത്തനം അവിടെ മാത്രമായി ചുരുക്കി ഒതുങ്ങിക്കൂടിയത്. അങ്ങനെ ബംഗാളിൽ ബ്രിട്ടീഷാധിപത്യത്തിന്റെ അടിത്തറ ഇന്ത്യയിൽ രൂഢമൂലമാകുകയും അവർ ഇന്ത്യയൊന്നൊകെ കമ്പനിയുടെ ശാഖകൾ വ്യാപിപ്പിക്കുകയും ചെയ്തു.

പാളയത്തിൽ പടനായകൻ

മൂന്നാം പാനിപ്പറ്റ് യുദ്ധപരാജയത്തേക്കാൾ മറാത്തി സാമ്രാജ്യത്തിന്റെ തകർച്ചയ്ക്കു കാരണമായത് പേഷ മാധവറാവുവിന്റെ മരണമായിരുന്നു. 1772 ൽ മരണമടഞ്ഞ ഈ രാജ്യതന്ത്രജ്ഞന്റെ അഭാവത്തിൽ രാജ്യത്ത് അന്തഃഛിദ്രവും ചേരിപ്പോരുകളും താൻപോരിമയും സ്വാർത്ഥ താല്പര്യങ്ങളും വളർന്നു. രാജ്യത്തിന്റെ ഐക്യം തകർത്ത ആഭ്യന്തര കലഹത്തിനു പുറമെ ദത്താജി സിന്ധ്യ, ഹോൾക്കർ, ഗേയ്ക്ക് വാദ് തുടങ്ങിയ മറാത്തിപ്രമാണിമാർ പേഷയുടെ അധികാരത്തെ ധിക്കരിച്ചു കൊണ്ട് തങ്ങളുടെ സ്വന്തം ശക്തിയും സ്വാധീനവും വർദ്ധിപ്പിക്കുന്നതിൽമാത്രം ശ്രദ്ധിച്ചു. സ്വാർത്ഥ താല്പര്യങ്ങൾക്കായി ശത്രുക്കളുമായി സഖ്യത്തിലേർപ്പെടുന്നതിനും ഇവർക്ക് മടിയുണ്ടായിരുന്നില്ല. ദത്താജി സിന്ധ്യയും ഗോൾക്കറും ശക്തന്മാർ എന്നതുപോലെ ബദ്ധശത്രുക്കളുമായി മാറി. സിന്ധ്യ മറാത്തരിലെ പ്രധാനിയായി. ഫ്രഞ്ചുസൈന്യ പിൻബലത്തോടെ ശക്തമായൊരു സൈന്യം സിന്ധ്യ രൂപീകരിച്ചു. പേഷ, ഹോൾക്കർ എന്നിവർക്കെതിരെ കരുക്കൾ നീക്കാനും സിന്ധ്യക്ക് സാധിച്ചു. അങ്ങനെയായിരുന്നു ആദ്യം സിന്ധ്യയെയും ബോൺസ്ളേയെയും പിന്നീട് ഹോൾക്കറെയും പരാജയപ്പെടുത്തി ബ്രിട്ടീഷുകാർ (ഈസ്റ്റിന്ത്യാ കമ്പനി) മറാത്താ സാമ്രാജ്യത്തെ ഉന്മൂലനം ചെയ്ത് തങ്ങളുടെ സർവ്വാധിപത്യം ഇന്ത്യയിൽ ഉറപ്പിച്ചത്.

9 789387 842670

Printed by Libri Plureos GmbH in Hamburg,
Germany